AA000953

शोषक-शोषितांचे भेदक चित्रण असणारा कथासंग्रह...

या संग्रहातील सगळ्या कथांमधून शोषक आणि शोषित हे दोन थर सतत जाणवत राहतात. शोषक आपल्या ताब्यातल्या माणसाला कसा पिळून काढतो. याचे वेगवेगळ्या परिस्थितीमधील चित्रण येथे प्रकर्षाने जाणवत राहते.

बा.ग. केसकरांची भाषाशैली चांगली तर आहेच, शिवाय ती कथानकप्रवाही आणि उत्सुकता कायम ठेवायला मदत करते.

खेड्यातील जीवनाकडे विविध दृष्टिकोनातून पाहण्याची सवय लेखकाला आहे. त्यामुळे निरनिराळे आशयगर्भ कंगोरे असलेल्या व्यक्ती त्याला मिळतात आणि परिस्थितीच्या रेट्यातून त्यांचे शब्दचित्र साकार होत जाते हे सतत जाणवत राहते.

दैनिक लोकसत्ता, २०-१०-१९९६

डव्हाळं

ग्रामीण जीवनावर आधारित वैशिष्ट्यपूर्ण लक्षवेधक कथासंग्रह

बा. ग. केसकर

मेहता पब्लिशिंग हाऊस

All rights reserved along with e-books & layout. No part of this publication may be reproduced, stored in a retrieval system or transmitted, in any form or by any means, without the prior written consent of the Publisher and the licence holder. Please contact us at **Mehta Publishing House,** Pune.

Email : production@mehtapublishinghouse.com

Website : www.mehtapublishinghouse.com

◆ *या पुस्तकातील लेखकाची मते, घटना, वर्णने ही त्या लेखकाची असून, त्याच्याशी प्रकाशक सहमत असतीलच असे नाही.*

DAVHALA by B. G. KESKAR

© बा. ग. केसकर

author@mehtapublishinghouse.com

डव्हाळं / ग्रामीण कथासंग्रह

प्रकाशक : सुनील अनिल मेहता, मेहता पब्लिशिंग हाऊस,
         १९४१, सदाशिव पेठ, माडीवाले कॉलनी, पुणे - ४११०३०.

मुखपृष्ठ : सरदार जाधव

प्रथमावृत्ती : ऑगस्ट, १९९६ / पुनर्मुद्रण : फेब्रुवारी, २०१९

P Book ISBN 9789353172077

E Book ISBN 9789353172084

E Books available on : play.google.com/store/books
                        www.amazon.in/b?node=15513892031

कै. संजूस–
चिरंतन वेदना देऊन गेलास!

अनुक्रमणिका

डव्हाळं

घरातलं सगळं काम जवळजवळ आटपलं. रानातल्या गड्यांच्या, धन्याच्या भाकऱ्या गेल्या, चुलीपुढची आवराआवर झाली. सासू म्हणणारीन जेवून मधल्या घराच्या उंबऱ्याला ऊसं करून लवंडली. मामाजी ढेलजंत घोंगडी टाकून केव्हाचेच कलंडले होते. धाकटा दीर रावसाब डोळा चुकवून अगोदरच नदीला शिवणापाणी खेळायला गेला असावा अगर कुठंतरी गोट्याचा डाव मांडून बसला असावा. तिनं न्हाणीतलं धुणं गोळा केलं. घमेल्यात भरलं. घरात फिरून काय धुवायची कापडं होती ती घेतली. सासूचा कानोसा घेतला. हळूच ज्वारीच्या पोत्यातली थोडीशी ज्वारी घेतली आवाज न करता घमेल्यात एका बाजूला अन् साबणाची वडी धुवायच्या झंपरात गुंडाळली. झंपर घमेल्यात कोंबून घमेलं डोक्यावर घेत सासूला हळूच म्हणाली, "जातीवंऽ धुयाला आतीसाब." सासूनं गुरगुरलेल्या आवाजात अन् डोळं थोडंसं किलकिलं करत, हूं म्हटलं. कूस पालटत, "जाताना भाहीरचा दरवाजा वढून घेऽ ह्येनी झोपलेलं दिसल्यातऽ भिकार टाकार कवानूक घरात शिरंल गं." म्हटलं, तसं बाहेरचा दरवाजा ओढून घेत ती रस्त्याला लागली. उनाचा रक झाला होता. रस्त्यावर माणूस नव्हतं. पाखरं झाडावर गपचीप बसली होती. ती वाण्याच्या दुकानात आली. हिकडं तिकडं काजबारल्या नजरेनं बघत ती खिडकीतनं आत डोकावली. घमेलं हातात आलं होतं. वाणी दुपारचा उघड्या अंगानं पाटावर बसूनच पेंगत होता. खिडकीत सावली दिसल्यावर दचकून त्यानं डोळं उघडलं. खिडकीकडं बघताच उनानं त्याचं डोळं दिपलं. कोणतरी बाईमाणूस दुकानला आलेय एवढं त्याला जाणवलं.

'काय पायजेल?' त्यानं पाठ कराकरा खाजवत विचारलं.

"साबणाची वडी."

"बघू पैसं!"

"पैसं न्हाईत; ज्वारी आणलीया." तिनं असं म्हणताच वाण्यानं चिपटं अन्

डब्याचं चौकोनी झाकण पुढं केलं. तिनं घमेल्यातल्या ज्वारीनं चिपटं भरलं, बरेचशे दाणे टोपणात सांडले ते चिपटत्र्यात भरता भरता म्हणाली, साबणाची वडी हाय पर तेवढी पुरणार न्हाय. आतीबायीजवळ बी पैसं नव्हतं म्हणाल्या, "जा आता उलीसं दाणं घेऊन, कुठं उठवितीस येवढ्यासाठी त्येस्नी" तिनं उगाचच खुलासा केला अन् अगदी लहानातली लहान वडी मागितली. बाकीचे पैसे परत द्या, म्हणाली. वाण्यानं चार आण्याची वडी दिली. दीडचिपटं भरली म्हणत आठ आणे हातावर ठेवले. साबण घमेल्यात टाकून घमेलं डोक्यावर घेत, अधेली कमरेला लावून मग ती भराभरा नदीकडं निघाली.

रस्ता तापला होता. गरम झळा मारत होत्या. नदीला, बेटाच्या बाजूला बरंच पाणी होतं. खाली दूर गुरांचा खांडवा पाण्यावर आला होता. बेटाच्या अलीकडं वाळूत कलिंगडाचा फड होता. कलिंगडाचे हिरवेगार वेल बघून तिची नजर सुखावली. जिभेला पाणी सुटलं अन् कलिंगडाच्या फोडी खायची अनावर इच्छा झाली.

परवा घरी चांगलं हे मोठं कलिंगड आणलं होतं. संध्याकाळची जेवणं झाल्यावर सासूनं तिला चिरायला सांगितलं. ती चिरून पितळीत फोडी ठेवणार, इतक्यात जयसिंग स्वतःच घरात आला. त्याला पाहताच तिनं पदर डोक्यावरनं पुढं ओढला अन् तोंड कलतं करून ती फोडी करू लागली.

"काय रं जैसिंगा?" आईनं विचारलं.

"काय न्हायऽ ढेलजंत बरीच माणसं आल्यातीऽ आपलं भिकानाना, येशाबापू झालंच तर आमचा सदा– तवा म्हणलं, कलिंगड तरी न्यावं त्यास्नी..."

"ने की बाबाऽ ती काय चिरतीयाच की, दि गं पोरी पितळी तशीच." त्यानं त्या आक्ख्या कलिंगडाची परातच बाहेर नेली होती. जाताना एक का दोन फोडी आईच्या हातावर ठेवल्या होत्या अन् ती नुस्तीच विळी धुवून ठेवायला उठली होती. कलिंगडाच्या लालभडक फोडीची, तोंडात विरघळणारी चव घ्यायची तशीच राहिली होती.

मधल्या दोन-तीन दिवसांत सकाळी कोरडे उमासे यायला लागले होते. जीव गोळा होऊन घशाशी येई. डोळे पांढरे होत अन् पोटात कसंतरी होई. मातीचं ढेकूळ तोंडात टाकावं, कुठं अमुकच खा अशी वासना व्हावी असलं काहीतरी होऊ लागलं होतं. तिचे कोरडे उमासे पाहून सासू हरखून गेली होती. तिचा मात्र जीव गलबलून गेला होता. नदीवर धुणं धुताना अलकीला तिनं ही गोष्ट सांगितली होती, तेव्हा अलकानं तिची बरीच चेष्टामस्करी केली होती अन् त्यातनं तिला खरी गोम कळून आली होती. पोटात धरलेल्या अंकुरानं ती त्या वेळी मनोमन बावरून– हरखून गेली होती.

त्या दिवसानंतर कलिंगड खायची अतीव इच्छा तिच्या मनात घर करून

राहिली होती. दररोज नदीला धुवायला जाताना कलिंगडाचा फड दिसे. कलिंगडं वाळूत, सऱ्यावर पडलेली दिसत. काळ्याशार पाठीची, पांढरट हिरवी रसरशीत फळं कापल्यानंतरच्या त्या लालभडक साखरेसारख्या गोड अन् जिभेवर विरघळणाऱ्या फोडीऽ त्या आठवणीनं तिच्या जिभेला पाणी सुटे अन् पोटात कसंतरी होई. ते खाण्याची भयंकर इच्छा होई.

तिनं अलकाला बोलून दाखवलं होतं. अलका तिच्यासारखीच सासुरवाशीण; पण तिच्यापेक्षा वेगळी होती. सासू, नवऱ्याला आपल्या तालावर नाचवत होती. लाह्या फुटाव्या तशी बोलणारी, कामही तसंच करणारी. ती म्हणाली होती, "हात दोडाऽ मग खावंस वाटतंय तर सांग की आपल्या मालकालाऽ त्याचंच पोरगं मागतंय नव्हं?"

"जा बयाऽ कायबी कसं बोलतीस गं?"

"काय बी कसं? त्याचं न्हाय तर कुणाचं हाय पोटात?"

"अलकेऽ मुसकाडीत दीन बरं का! कायतरी चाट्याळ बोलू नगंस! अगं, इतकं जर तुझ्यागत वागता आलं असतं तर मग काय गं?"

"मग आसं कर, तू एक आठ आने आन, मीबी आणतीऽ उद्याच्याला करून टाकू कलिंगडाचं डव्हाळजेवण आन् काय?" अलकानं असं म्हटल्यावर तिनं धुण्याचा पिळा तिच्या पाठीत घातला होता. ती ओरडली होती; पण तसंच ठरलं अन् त्या दोघी असंच हसत, एकमेकींची चेष्टा करत गावाकडं परतल्या होत्या.

ठरलं होतं तरी पैसे कुठून आणायचे? ही चिंता तिला होतीच. कलिंगड तर रात्रभर सपनात येत होतं. एकदा तर कलिंगडाची गाडी भरून जयसिंग घरापुढं आलाय अन् आपल्याला कलिंगडं उतरून घ्यायला हाक मारतोय असंच स्वप्न पडलं. कायतरी करून आज पैसे नेलेच पाहिजेत. अलकी पैसे आणणारच. तिच्या पिशवीत कायम रुपाय, आठ-आणं असतातच. ती आपला चिडवून जीव खाईल अन् आपलीही कलिंगड खायची इच्छा मारणं कठीण जाईल. अन् मग ती सकाळपासून काय करावं, याचा विचार करीत होती. कायतरी करून आज आठ आणं तरी काढले पाहिजेत, त्याच विचारात तिनं घरातलं सगळं आवरलं होतं अन् सासूचा डोळा चुकवून ज्वारी घमेल्यात आणून वाण्याला विकली होती. तरीपण धाकधूक होतीच म्हणून साबण असतानासुद्धा साबणाची वडी घ्यायचं नाटक करावं लागलं. आता ही वडी अगोदर संपवून टाकाय पाहिजे, नाहीतर सासू विचारंल दोन वड्या कुठल्या? तिचं भारी बारीक लक्ष असतं घरात. आतातरी काय डोळाच लागला होता तिचा म्हणून.

तिनं नदीवर बेटाच्या डोहाकडं पाहिलं. कुणीच धुणं धूत नव्हतं. ती वाळू तुडवत डोहाजवळ आली. अलकी अजून आलेली दिसत नव्हती. घमेलं खाली

ठेवून एकेक कपडा तिनं पाण्यात भिजवला. साबणाची वडी काढून तिनं परत एकदा डगरीकडं पाहिलं. अलका येतीय का– कलिंगडाच्या फडाकडंही आसुसलेल्या नजरेनं पाहिलं. अलकी यायला पाहिजे का येऊन धुणं धुऊन गेली? पण तसं त्यांचं आदल्या दिवशी ठरलं होतं. उद्या कायबी करून कलिंगड खायचं. कुणीतरी अगोदर आलं तरी थांबायचं. धुणं वाळत टाकून हातपाय घाशीत बसायचं; नाही अजून अलकी यायचीय. मग तिनं धुण्याचे एकेक पिळे पाण्यातनं काढले. भराभरा साबण लावला. भरपूर लावला. ती वडी झिजंस्तवर! सगळे कपडे साबणाच्या फेसात मुरू दिले, तेव्हढ्यात अलकी डगर उतरताना दिसली. तिला बरं वाटलं. मन थुईथुई नाचू लागलं. दूरवर डोहात पोरं शिवणापाणी खेळत होती. त्यांच्या खेळण्यानं पाण्याची कारंजी उडत होती, तसं हिच्या मनात कारंजी उडू लागली. केव्हा एकदा अलकी येतीय, धुणं उरकतीय अन् आपण कलिंगड घेऊन फोडी खातो असं तिला झालं. आपल्या या अनावर वासनेचं तिला एकीकडं आश्चर्य वाटत राहिलं, तर दुसरीकडं पोटातल्या हालचालीनं मन उभारून आलं. कोरडे उमासेही आता सुखद वाटू लागले होते. अलकी जवळ आली. तिनं घमेल्यातनं धुणं काढलं. एक पाय वर करून पातळाचा काष्टा मारला अन् पाण्यात शिरता शिरता म्हणाली, "कुशे, आज काय जमलं न्हाय पैशाचं! उद्या बघू म्हणं कलिंगडाचं!"

तिनं असं म्हणताच हिचा विरस झाला. चेहरा खर्कन उतरला अन् जिभेवरची कलिंगडाची रेंगाळती चव जाऊन तोंड कसनुसं झालं. तिला असं बघताच अलकाला हसू आवरलं नाही अन् हसत म्हणाली, "काय ग बया आसलं डव्हाळं! कुशे, पोरगा हुणार बघ. इतकं कडक डव्हाळं आताच म्हणल्यावर."

चेहरा टाकून ती लटक्या रागानं म्हणाली, "नकू चिडवू. तूबी त्याच जन्माला आलीयस. आता मजा वाटतीय पर कळंल एक दिवशी. मग मी हायेच बघ.. बरंऽ खरंच मिळालं न्हायीत तुला पैसं? सांग की गं" ती काकुळतीनं असं म्हणल्यावर तिनं कमरेची पिशवी काढली अन् हातानं वाजवत म्हणाली, "आपली पिशवी कधी रिकामी नसती बाय."

मग दोघींनी चटाचटा धुनं धुतलं. धोतरं, पातळं वाळूला वाळायसाठी टाकली अन् दगडानं हातपाय घासलं. एकमेकीच्या अंगावर पाणी उडवलं अन् नवऱ्यावरनं चेष्टा केल्या. धुणं वाळल्यावर घमेल्यात भरून त्या दोघी फडाकडं आल्या. कोपीत, कलिंगडं लावणारा अंबू कोळी उघड्या अंगानं बसला होता. एक डोळा फडावर अन् दुसरा डोळा हातातल्या विणल्या जाणाऱ्या जाळ्यावर ठेवून तो बसला होता. दोघी जवळ आल्या. पुढं कोणी व्हायचं? ती अलकाला कोपरानं ढोशीत म्हणाली "हू की गं म्होर!"

"मी न्हाय बयाऽ तूच हू! खायाचंय कुणाला? मला न्हाय बया येवढं आवडत."

अलका असं मुद्दाम म्हणाली. तसं ती तिला ढकलत म्हणाली, "फाजीलपणा पुरं बरं का अलके! अगूदरच लई येळ झालाय चटशिरी घी बरं अन् चल."

"अगं, पर तूच माग की." अलका असं म्हणल्यावर तिनं झटकन पाठ फिरवली अन् निघण्याचा पवित्रा घेतला. त्याबरोबर तिचा दंड धरून माघारी फिरवीत अलका म्हणाली, "आणती बया, येवढं लगीच अडीच कांड्यावर येऊ नगंस, माझी बाय."

पोरींचा कालवा ऐकून अंबू कोपीच्या बाहेर आला. थोरा-मोठ्यांच्या सुना फडावर आल्यात म्हणताना जाळं टाकून तो पुढं झाला.

"काय वो वैनीसाब! खरबूज पायजी का कलिंगड– आ? मला मालकाबर निरुप दिला असता तरी वाड्यावर घेऊन आलू असतू की वो! परवा न्हाय का थोरल्या मालकांनी भलं दांडगं न्हेलं कलिंगडं."

ती मनोमन घाबरली. चार पावलं मागं सरकली तसं अलका पुढं होतं म्हणाली, "तिला नकूय. मलाच न्यायचं व्हतं. बघून द्या बरं चांगलं एक कलिंगड."

अंबू मग सऱ्यातनं फिरला होता. उलथीपालथी करून त्यानं एक बऱ्यापैकी कलिंगड काढलं; चांगलं काळ्या पाठीचं.

"काय याचं?" अलकानं विचारलं.

"आत तुम्हास्नी काय सांगायचं? द्या तुम्हीच समजून."

"पर किती?"

"दीड रुपाया द्याऽ बाजारात आम्ही असलं दोनच्या खाली देत न्हाई; पण आता फडावर आलाय आन् तुमच्या सारख्याकडनं जास्त घेऊन ऱ्हायचंय आमाला गावात."

"कसं ग कुशे? दीड म्हणतोय." त्यांच्याजवळ रुपाया अन् वर थोडेसेच पैसे होते. ती गप्पच राहिली मग अलकाच म्हणाली, "अंबूदादा, सवाच रुपाय हाय; द्या तेव्हढ्याला कुठं लई मोठं हाय?"

"आता काय मी जास्ती न्हाय सांगितलं वैनीसाब."

"न्हाय जास्ती, पर आता एवढंच हायती माझ्याजवळ."

डोकं खाजवत तो म्हणाला, "बरं आज अजून काय भवानी झाली न्हाय. आणा हिकडं." त्यानं कलिंगड पुढं करीत म्हटलं. अलकानं पैसे त्याच्या हातात टाकले. ती पुढं होऊन अलकाच्या कानात कुजबुजली.

"अगं, हिथंच चिरून फोडी करून घे की! न्हायतर कुठं खायाचं अन् कसं खायाचं?"

"अंबूदादाऽ सुरी असंल की."

"का? हाय की! कापून पायजेल? आवो, त्याची काय काळजी करू नका.

आक्षी लालभडक माल हाय नुस्ता! माझं डोळं वरवर फळ हेरत्यात.''

आता ह्याला कसं सांगावं, या विचारात दोघी पडल्या तरी अलका म्हणालीच, ''आवं, फोडीच करून पायजेत. आमची दोघीची बीट लागली हुती तर हिनं बीट जिंकलीया. तवा मला कलिंगड द्यायचं आलंय. ती आणि घरी कुठं नेऊ, आम्ही दोघीच खाणार या पैजंचं कलिंगड.''

''आसं व्हय! मग आसं बोला की– अंबू कोपीत गेला अन सुरी आणून तिच्या हातातनं कलिंगड घेऊन फोडी करू लागला. कलिंगड लालसर निघालं. फोडी घमेल्यात वर ठेवून त्या डगर चढून आल्या. डगरीवर बाजूला वडाचं मोठं झाड होतं. बऱ्याच पारंब्या जमिनीत घुसून झाडाचा घेर वाढला होता अन् मूळ झाड कोणतं हेच लक्षात येत नव्हतं. त्या वडाच्या गार सावलीत टेकल्या अन् लवलवत्या जिभेवर कलिंगडाच्या गार फोडी विरघळवू लागल्या. एकमेकींची थट्टा करत त्यांनी ते कलिंगड संपवलं. पदरानं हाततोंड पुसलं अन् धुण्याची पाटी डोक्यावर घेऊन गावाकडं आल्या. अलकी आपल्या आळीला निघून गेली अन् ही दरवाजा ढकलून आत शिरली. मामाजी घोंगडीवर घोरत पडले होते. सासूबाई मात्र उठून घरात काहीतरी खुडबूड करीत होत्या.

''किती येळ गं– आं?''

ती धुणं सोप्यात वलणीवर ठेवत म्हणाली, ''धुणं वाळवूनच आली. अलका होती, तिचं हुस्तवर थांबली वाईचं.''

''घरदार इसरून आन् हातपाय पसरून बर बसता बयानू नदीला.'' सासूचं असं काहीतरी सुरू होणार, हे तिनं जाणलं होतंच. मुकाट्यानं तिनं भांड्याचा पाळा उचलला, न्हाणीपुढं ठेवला अन् ती भांडी घासायला बसली.

हळूहळू उन्हं उतरली. मामाजींची झोप झाली. तांब्या मागवून त्यांनी तोंड धुतलं. चुळा भरल्या. अिठ्ठलाऽ पांडुरंगा केलं. तिनं चहाचा कप त्यांच्यापुढं ठेवला. कंदील, चिमण्यात तेल पाहिलं. काचा पुसल्या, संध्याकाळच्या जेवणाची तयारी केली. तिन्हीसांज झाली. घरातली वर्दळ वाढली. गडीमाणसं बैलांना पेंडखडा नेण्यासाठी आली. धारापाण्यासाठी चरव्या मागू लागली. ढेलजेत जयसिंग दिवसभराच्या कामाचं मामाजींना सांगू लागला. दोघांच्या चर्चा सुरू झाल्या अन् ती सैपाकाला लागली. जेवणं उरकली. रावसाब, मामाजी असे सगळे जेवून बाहेर गेले. दोघी जेवायला बसल्या. जेवून, उष्टी काढून तिनं भांडी बाहेर आणली. कंदील बाहेर आणून टांगला अन् रांजणातलं पाणी काढून ती भांडी घासाय बसली.

एकाएकी काय झालं कुणास ठाऊक; पण चवताळत जयसिंग ढेलजतन आत आला अन खुंटीवरचा आसूड घेत ओरडला, ''च्यायला, घराला काळं फासतीय काय टवळे? एवढी कसली खाई सुटलीया! आं? आग आये, आज ही नदीला

कलिंगड खात बसली हुती! कुठलं आणलं पैसं हिनं? आन् नदीला डवऱ्यावानी कलिंगड खायला काय त्याच्यायलाऽ'' त्यानं आसूडाचा एक फटकारा तिच्या पाठीवर ओढला. डोळ्यापुढं काजवे चमकले; भीतीनं ती केळ गदगदावी तशी हादरून गेली. घासणी पलीकडं जाऊन पडली. रागानं बेभान झालेला जयसिंग थरथरतच होता. पोहायला गेलेल्या रावसाबना आपण अजिबातच कसं विसरून गेलो याचं तिला आश्चर्य वाटत होतं. रावसाबानंच ही कळ लावली असणार.

कंदिलाचा अशक्त पिवळा उजेड वाड्यातला अंधार भयाण करत होता. बेभान झालेला जयसिंग चाबकाचे फटकारे ओढत होता अन् तिच्या पोटात कलिंगडाच्या फोडी ढवळून घशावाटे कोरडे उमासे येत होते. मामाजीनं ''बास कर, मारून टाकतूस काय तिला?'' म्हणल्याचं तिच्या कानावर आलं अन् तिची शुद्ध हरपली.

◆

धक्का

जेवण उरकत आलं होतं तोपर्यंत सोपाना आलाच. टापर बांधून कानाएवढी काठी हातात घेऊन. त्याला बसायला सांगून मी जेवण उरकू लागलो.

माझ्या ताटात भाकरी वाढता वाढता मंडळी हळूच म्हणाली– "आवंऽ दिवाणसाबाकडं जाऊन येताय नव्हं? मधी आलत्या तर काय खराब झालत्याऽ! लई जाच करत्याती म्हणं सासरची. जाऊन चार गोष्टी तर सांगून या म्हणं."

"अगं व्हय की! एवढी पाण्याची पाळी संपू दे, नशीच भरणं हायेऽ. एखाद्याचं ऱ्हायलं तर पार फलटणापर्यंत बोंब जाईल अन् उगं त्रांगडं होऊन बसंल. स्क्वॉड आलं म्हंजी कसा हिसका असतूय ठावं ऱ्हाय?" मी म्हटलं.

"आवं, यातनं सुटका ऱ्हाईऽ– पर त्यातनंच सवड काढायची! असली माणसं ऱ्हवती कधी बघितली बया!" डोक्यावरचा पदर सारखा करीत ती म्हणाली.

"कशाला बघायचा परसंग येतोय? लगीन झालं आमच्यासारख्या साध्यासुध्या माणसाशी. की लगेच पाटकऱ्याची नोकरी अन् जी आपून भाहीर फिरतोय ती काय सासूसासऱ्याच्यात, दीर-नणंदाच्यात वागायची पाळी आलीय कधी?" मी हात धूत म्हणालो.

"अवो, नसली तरी माणसाची रीत कळतीच की. माझ्या माणसांच्या नखाची सर येईल का दिवाणसाबच्या सासऱ्यांना? तरी बरं, मानपानात काय बी कमी केलं ऱ्हाई आपुन. तरीबी छळतेत रांडामेली!"

"अगं गप, जेवणवेळी असलं बोलू ने. हे बघ, एवढं रोटेशन झालं की येतोच जाऊन! फलटणालाबी ऑफिसचं काम हायेच. तसंच वर जाऊन गाठ घेऊन येईन. बरं, जाऊ मी. नीट दारं-कड्या लावून घी अन् सावध झोप आं? चला सोपानराव."

सोपाना चटशिरी हलला. मी स्वेटर चढवला. त्यावरून शर्ट घातला. मफलर डोक्याला गुंडाळला. बॅटरी घेतली अन् मोटारसायकलला कीक मारली. एका

कीकमध्ये गाडीनं फाटफाट आवाज करायला सुरुवात केली. गाडीवर बसत, परत तिला बजावून सांगत गिअर टाकला. सोपान मागं बसला. मी गाडी भरधाव सोडली.

सुगीचे दिवस होते. ज्वाऱ्या चिकात होत्या. खपली गव्हाचे पीकही ऐन गच्यात होते. तुटायला जाणारे ऊसही भिजवणारे लोक होतेच. या पाळीला झटमिठी होणार होती. प्रत्येकजण भिजवायसाठी धडपडणार होता. मरणार होता. बीटवर नाही, नको म्हणतही दोन नंबरचा बराच ऊस भिजवायला घेतला होता. त्यांचेही शेवटचे पाणी होते. भरणे राहून जमणार नव्हते. टेलपासून सगळे खंगळून निघायला पाहिजेच. नाहीतर दोन-पाचजण गेले वर तक्रार घेऊन तर पंचाईत होती. वरच्यांनी तपासणी केली की, तोंड दाबता दाबता नाकीनऊ येतात. शिवाय बागायतदारांचाही आपल्यावर विनाकारण रोष होतो. त्यांच्या मताने एकदा ऊस बांधून दिला की, पाटकऱ्यानं सगळं बघावं! त्यांच्या घरचाच गडीका न्हाय?

"सोपाना–"

मागं जाम धरून बसलेला सोपान 'औवं' म्हणाला.

"तांबेवाडी मायनरकडं जरा पोताडी लावून बंद कराय पायजे."

"तर काय अण्णा! त्याशिवाय डिशार वाढायचा न्हाई."

"पण..."

"पण कशाचं अण्णाऽ? तीन एक तास जरी पाणी वाढवून घेतलं तरी आपलं भरणं बरंच उरकलं. मग पुन्हा हायेच की–"

"पर सोपान– रावसाहेबांनी कुलूप लावून किल्ल्या नेल्यात की."

"त्यांची नको तुम्हाला काळजी. खालच्या मायनरला तुंबाडा बसला की, आपोआप पाणी बगलनं आपल्या फाट्यात पडतं. चला तरी."

"खालचा पाटकरी आला म्हंजी?" मी उगीचंच म्हणालो.

"आयला! ते कशाला इतक्या थंडीत येतंय मरायला? काय थंड म्हणायची का काय?" सोपाना काकडत म्हणाला.

मी फटफटीचा वेग कमी केला. थंडी बरीच पडली होती. सारं चिडीचूप होतं. एकोणचाळीस फाटा भरून चालला होता. त्यातल्या पाण्याचा मधूनच आवाज येई. बाभळीखालनं जाताना रातकिडे किर्र करीत. मधूनच उसाच्या फडातून एखादं रानमांजर 'म्यॉंऽव' करी.

आम्ही, आमचा फाटा फुटत होता तिथं येऊन पोहोचलो. गाडी बाजूला घेऊन उभी केली. सोपाना खाली उतरला. मी गाडी स्टँडला लावली. त्यानं बाजूला दडवून ठेवलेली पोताडी व शेवऱ्या काढल्या. मी मफलर कानांवर घेऊन, खिशात हात घालून बोटांना ऊब आणायचा प्रयत्न करू लागलो. आता बसून भागणार नव्हतं. पटकन शेवऱ्या लावून पोताड्यांनी खाली जाणारं पाणी पॅक करायला पाहिजे होतं.

तसा थोडासा तूंब होताच, फळ्या होत्या; पण एखादी काटकी पांजरण अडकल्या पलीकडं त्याचा उपयोग नसे. रावसाहेबांनी पाणी वाटून देऊन कुलूप घालून जाम बंदोबस्त केला होता. आम्हाला त्यातूनही जादा पाणी घेऊन वरकड भरण काढायचं होतं. मी खिशातनं सिगारेटचं पाकीट काढलं. काडीपेटी काढून सिगारेट तोंडात धरली व काडीनं ती पेटवली. एक दम मारला. ऊन, तिखट धूर छाताडात गेल्यावर जरा बरं वाटलं. सोपाना शेवऱ्या व पोताडी घेऊन फाट्याकडं गेला होता. फळ्यावरनं जाऊन शेवऱ्या रोवायच्या होत्या व मध्यभागी पोताडी बसवली की जाम.

तो बॅटरी दाबत फळीवरनं आत गेला अन् तसाच घाबऱ्याघुबऱ्या माघारी आला. मी चमकलो.

"काय रं सोपान?"

जवळ येत, घाबरलेल्या आवाजात, अगदी हळू तो मला म्हणाला,

"अण्णा, अण्णा, मुडदा हाय."

त्याच्या कपाळावर घामाचे थेंब दिसत होते या थंडीतही. माझ्या अंगावर सरसरून काटा आला. च्यायला! काय म्हणता काय पुढं वाढून आलं.

"खरं म्हणतोस?" मी हळूच विचारलं. रात्र भयाण काळोखी वाटू लागली. बाभळीवरच्या रातकिड्यांनी जास्तच जोरात सूर लावलाय असं वाटायला लागलं.

"आयच्यानं! बॅटरीच्या उजेडानं एवढं दिसंना व्हय? सपष्ट दिसतंय. फळीला अडकलंय. बरं तर बरं, मी त्याच्यावरच शेवरी खुपसणार होतो. राम, राम!"

सोपान चांगलाच घाबरला होता. त्याचे दात वाजायला लागले होते. मी त्याला थोपटल्यासारखं करून म्हणालो, "एऽ, आरं, मुडदा हाय म्हणतूस खरं पर गडी हाय की बाय?"

आठवत तो हळूच म्हणाला, "इतकं काय वळखू येत न्हाई खरं पर बाईच असावीऽ. हां, लुगडं हायऽ– बाईच नक्की!"

"आयलाऽ! कुणीतरी मारून फाट्यात दिली टाकून त्येच्यायला! कायतरी शिंदळकीची ह्याची भालंगड, दुसरं काय?"

"आसलं. काय सांगता येत न्हाई. बायांनी अलीकडं ताळ सोडलाय." सोपाना जरा सावरून म्हणाला.

"असं हाये जोपर्यंत खपून जातंय तोपर्यंतच! एकदा का नदरंला पडलं की...

भरमीट टाळक्याचा गडी कशाला ठेवतूय? आयला! पर ही भडवं फाट्यात कशाला ढकलून देतेत कुणाला ठाव? उगं आमच्या जीवाला घोर!" मी म्हणालो.

"आवो, फाट्यात ढकलून दिलं की थेट पंढरपूर दिसतंय. आपोआप मुक्ती मिळतीय नव्हं का? आता हे चुकून आपल्या फाट्यात शिरलं," सोपाना म्हणाला.

"आयला सोपान्याऽ! कसं करायचं रं? हे नस्तं झेंगाट मागं लागलं की रं! "

"तर काय!"

"आरं पर हे हिथंच असं अडकून देऊन उपयोग न्हाई मर्दा," मी म्हणालो.

"मग काय करायचं म्हणताव अण्णा?" तो खाली बसत म्हणाला.

"ऊठ, उगं आवन्यागत करू नगंस! एवढं काय भ्यायचं लेका? करणारा कसा धट काळजाचा आसलं बघ!"

"त्याला काय काळीज आसंल म्हणताय अन्ना? आयला! आपलं जमत नसलं तर सोडून द्यावं माणसानं पर उग एखाद्या लेकराचा पराण घ्यायचा म्हंजी अचाट काम बाबा!"

"बरं, तू आता उठतूस का?"

"काय करायचं वो? माघारी जायचं?" त्यानं विचारलं.

"माघारी? शेना हायेस! याची बिनबोभाट विल्हेवाट लावली पायजे. दिवस उगवला की नस्ती झेंगटं सुरू होतील. पंचनामा, साक्षी-पुरावे. आपल्या फाट्यावर म्हणजे आपल्यावरच सगळं आलं. कोणी सांगितली ही झगझग?"

"मग आता काय करायचं अण्णा?"

"हे बघ, आसं कर–" मी घड्याळात पाहिलं. साडेदहा होत होते म्हणजे अजून जास्त रात्र झाली नव्हती. खिशातनं पाचाची नोट काढून त्याच्या हातात देत म्हणालो, "ऊठ, रामूशाच्या वस्तीवर जा अन् एक बाटली घेऊन ये. त्याशिवाय जमायचं न्हाई."

बाटली म्हणताच सोपाना चटशिरी उठला. निघता निघता मला म्हणाला, "अन् तुम्ही एकलंच हिथं बसताय? न्हायतर असं करू आपून दोघंबी जाऊ."

"नको, तू एकटाच जा आन् लगीच ये. मला काय हिथं तो मुडदा खातूय का मिठी मारतूय?"

"बरं, आणतू" तो अंधारात नाहीसा झाला. मी फटफटीच्या सीटवर बसलो. रात्र वाढत चालली होती. थंडीची लहर अंगाला झोंबत होती. पाणी वाहत होतं. उसातनं मधूनच कोल्ही ओरडत. रातकिडे वरच्या पट्टीत किर्र करत होते.

कोण असेल ही बया? काय चूक असेल तिची? तिला मुलं वगैरे? असली तर बिचारी 'आई-आई' म्हणत आक्रोश करत असतील. बेपत्ता होऊनही कुणीच कशी चौकशी केली नाही? माहेर लांबच असलं तर काय कळणार म्हणा! घरच्यांनी मारून टाकलंय की एखाद्यानं बलात्कार करून मारून फाट्यात टाकलंय कुणास ठाऊक! काय नशीब असतं एकेकाचं! लग्नात काय दागिने घालून मिरवली असंल, आता कुठं येऊन पडलीय! तिच्या शरीराचे हाल. मरताना कसं वाटलं असेल, मन उदास झालं. वस्तीवरनं कुत्र्यांचा कालवा ऐकू येऊ लागला. सोपाना तिथं पोहोचल्याची खूण होती ती.

मग तो केव्हा येतोय हेच मी बघत राहिलो. डोक्यातले विचार काढून टाकले तरीही मन त्या बाईच्या परिस्थितीविषयी विचार करत होतंच. पाण्याचे सपकारे बसत होते अन् प्रेत खालीवर होत होतं. रात्र निवळू लागली होती, अस्पष्ट दिसू लागलं होतं.

तेवढ्यात सोपाना आला. सवयीनं त्यानं बाटली पोटाशी धरली होती. आता कोण या रानात बघायला येणार होतं? मी अस्फुटसं हसलो त्याही परिस्थितीत!

"हसला का वो?" त्यानं सदऱ्याच्या आतून बाटली काढत म्हटलं.

"आरं लेका, आता हिथं कोण बांबलीचा बघाय येतूय, तेव्हा तू मार पोटाशी धरून बाटली आणलीस?"

"खरंच की! सवं जात नाही. बरं, घ्या."

"आन् तू?"

"अगूदर तुम्ही घ्या– मग मी हायेच"

"न्हाय तुलाच जास्त काम हाये," मी बाटली तशीच तोंडाला लावून दोन घोट घेतले. घशात जळजळ करीत पाणी खाली उतरलं. तोंड कडवट झालं अन् पोटात एकदम जाळ झाल्यासारखा झाला. मी बाटली त्याच्याकडं दिली. त्यानं ती एका दमातच रिकामी केली. लुंगीनं तोंड पुसत त्यानं बिडी पेटवली; हिथं कुठलं फुटाणं आन् काय... मीही सिगारेट पेटवली."

"आयला! कुणाची हाय आन् काय कुणाल ठाव," सोपाना म्हणाला.

"आता काय, मोठ्या घरची असली काय अन् न्हाय काय– मेलं की सगळं संपलं. त्यातनं असलं मराण बेकार. काय धिंडवडं होतेत शरीराचं."

"आवो तर काय? खेकड्यांनी पार चावलेलं दिसतंय. चेहरा वळखू येत न्हाई. घाव असत्याल. पार फुगून हिदहिदं झालं असणार! आयला–वाईटऽ!"

"सोपान, टैम लावून जमणार न्हाई."

"काय करायचं अण्णा? मला काय समजंनाच. का द्यायचं खाली ढकलून? बघंल तो खालचा पाटकरी."

"शेना हायेस! आपल्याच बीटमधी येतंय ना? तो काय अन् मी काय. तसं नकोऽ सरळ मोठ्या फाट्यात देऊ ढकलून."

"मोठ्या केनालात? अण्णा हिथनं दीड-दोन मैल थोरला फाटा. तिथवर कसा न्यायचा ह्यो मुडदा? छ्याऽ! कायतरीच."

"तसंच कराय पायजे, दुसरा काय इलाज न्हाई."

"छ्या! कायतरीचऽ! हिथनं दीड मैल कसं न्यायचं वो?"

"ऐक–" दारू हळूहळू चढू लागली होती. डोक्यात मुंग्या चालू लागल्या होत्या. शरीर हलकं व्हायला लागलं होतं. "आपुन तिला भाहीर काढू; फटफटीला

मागं कॅरेजला सुताची दोरी बांधलीय बघ.''

"बरं...''

"त्यानं बांधू फटफटीला मागं अन् नेऊ.''

"फटफटीला मागं बांधून फरफटत न्हेयाचं? अगो बाबौ!'' तो किंचाळल्यागत ओरडला.

"एऽ, गप बस! तसंच करायला पायजे. फटफटीमागं येईल की फरफटत. पट्टीनं जाऊ. आता काय त्यात जीव हाय का काय? मेल्यावर काय लेका, फुलं टाका न्हायतर दगडानं ठेचा; काय फरक?''

तो धडपडत उठला. त्याला पुढं ढकलत म्हणालो– "चल हो फळीवर. मी हायेच मागं. असं कर दोरी तिथंच बांध अन् मग घेऊ शेंदून कडंला'' मी त्याच्या हातात दोरी देत म्हणालो. त्यालाही दारू चढली असावी. कसल्याशा झपाट्यानं तो फळीवर गेला. मोठा धीर करून त्यानं दोरी अडकवली अन् मग दोघांनी फाट्याच्या कडेला ओढायला सुरुवात केली. मुडदा कडेला आला– पण पाणी कमी होतं. त्या मानानं फाट्याची कड जरा वर होती. मी जरा जोर लावून वर ओढलं तसं एखादा मोठा मासा जाळ्याबरोबर वर यावा तसं प्रेत वर आलं. अंगावर शहारा आला. मनाचा धडा करून कडेच्या गवतावर ठेवलं अन् घुटका गिळला. आता चांगलं बांधून फटफटीच्या मागं बांधायचं होतं. भीती वाटत असतानाही कुतूहल गप्प राहू देईना म्हणून मी प्रेताच्या तोंडावर बॅटरी मारली.

नाकाचा पत्ताच नव्हता. खेकड्यांनी पार कुरतडलं होतं. केस विस्कटलेले, तुटलेले. फुगल्यामुळं शरीर कसंतरी एखादं शेंदाड हिदहिदावं तसं दिसत होतं. छातीवर घाव दिसत होता. पायाची नखं, बोटं पार कुरतडली होती. पातळाच्या चिंध्या झाल्या होत्या. उग्र घाण येत होती. मी भीतीनं डोळे झाकले, नाक दाबलं अन् थोडासा मागं सरलो.

"काय वो काय झालं?''

"बघवंना. घाणाय लागलंय की! सोपाना.''

"आता! घाण सुटणारच की! कव्हा उचलून टाकलंय कुणाल ठाव. बरं चला, फटफटी आणा हिकडं.'' त्याला आता दारू चांगलीच चढली असावी.

"सोपान, 'पाणी' मात्र चांगलं कडक आणलंस हो,'' मी म्हणालो.

"रामुसवाड्यातलं पानी– हिवराच्या सालीचं! भट्टी चालूच होती अत्ता... लई कडक!''

"बरं, उरक. भरणं राहिलं अन् ह्ये दुसरंच काम लागलं तिच्यायला!''

मग त्यानं दोरी जाम आवळली तशी भसदिशी एकदम आतच गेली. "आयलाऽ!'' कसंतरी त्यानं फटफटीला मागं बांधलं. मी फटफटी चालू केली. तो मागं बसला.

फटफटी तरी काय ताणू वाटतीय? एक प्रेत का असंना– पण मानवी शरीर मागं हेलपाडत, ठेचकाळत आपण नेतोय याचंच वाईट वाटत होतं. सोपानला मागं लक्ष ठेवायला सांगून मी अगदी हळूहळू समोर नजर ठेवून फटफटी चालवत होतो. आचके बसत होते तरी पट्टीचा सरळ रस्ता होता. जीव घट्ट करून– आम्ही फटफटीवर चाललो होतो आणि मागनं ते अभागी शरीर हिंदकळत, ठेचकाळत येत होतं. त्याच्या नशिबात अजून काय दुर्दैवाचे दशावतार होते कुणास ठाऊक! आमच्या भागातनं आम्ही त्याला हद्दपार करून टाकणार होतो.

हळूहळू थोरला फाटा जवळ आला. आमचा एकोणचाळीस फाटा जिथून फुटतो तिथं आलो. फलटणकडनं येणारा अन् पंढरपुराकडं वाहत जाणारा मोठा फाटा! एखादा मोठा ओढाच. मी फटफटी उभी केली. आज्ञाधारकासारखं अंतर ठेवून प्रेतही थांबलं.

"उरक सोपाना– सोड दोरी."

सोपानानं दोरी सोडली. दोघांनी एखादी मेलेली शेरडा-मेंढी वढत न्यावी तशी ओढत नेली. मोठ्या फाट्याच्या कडेला ठेवली अन् डोंगरावरनं दगडं घरंगळून द्यावीत तशी सोपानानं तिला आत ढकलली.

"जा बयेऽ– पंढरपुराला जा. काय पाप केलं असचीला तर मुक्ती तर मिळंल; आमच्या भागात काय मिळायचं तुला? फाडकाम आन् आमच्या मागं पोलिसी ससेमिरा जा." सोपाना तिला उद्देशून म्हणाला.

पाण्याबरोबर हेलकावे खात ती केव्हाच धारेला लागली होती. दूरवरून राँव राँवऽ आवाज करत रोडनं एक ट्रक गेला. आमच्या उरावरनं मोठी धोंड बाजूला झाल्यागत झाली. आम्ही थोडा वेळ खाली बसलो– हातापायातलं वारं गेल्यागत. सोपानानं लुंगीनं घाम पुसला.

"आयला! तंबाखूची तलफ झालीया! पर तिला हात लावलेलं; ती नकू वाटतंय मळायला," सोपान म्हणाला.

"चल, बसून न्हाई उपयोग. आपल्याला अजून पाणी वाढवून भरण काढलंच पाहिजे. चल, बस मागं." त्याला फटफटीवर बसवला. आता गाडी सुसाट सोडली.

मायनरवर आलो. फळ्याच्या जागी पोताडी टाकली. पाणी फुगून वरच्या बाजूनं आमच्या फाट्यात पडू लागलं. चघळचोथा गोळा करून मी अन् सोपानानं जाळ केला अन् शेकत बसलो. इकडच्यातिकडच्या गप्पा रंगल्या. हळूहळू रात्र सरली. पूर्वेकडं तांबडं फुटलं. रामोस वस्त्यांवरच्या कोंबड्यांनी बांग दिली. खालनं फाट्यावरनं दुसरा गडी महादू आला. किती भरण झालं, कोणाचा ऊस राहिलाय, शेजपाळी नीट दिलीस का, न्हायतर पंचनामे ठोकीन. आता आंघूळ-नाष्टा करून येतोच मी फाट्यावर, असा दम दिला. त्यानंही हातपाय शेकत सगळा रिपोर्ट दिला. वाढूळच्यानं

मी पाण्याची वाट पाहत होतो वगैरे. तसं सोपानानं व मी सुचकतेनं एकमेकाकडं पाहिलं. चांगलंच फटाटलं. मी सोपानाला पोताडी काढायला सांगितली. महादूनं व त्यानं पोताडी काढून जवळच्या उसात दडवली. ते दोघं फाट्यानं खाली त्यांच्या घराकडे गेले आणि मी चुरचुरत्या डोळ्यांनी, आंबलेल्या अंगानं फटफटी घेऊन घरी आलो.

मंडळी दारात सडा टाकून रांगोळी घालत होती. एक पोरगी उठून डोळे चोळत दारात उगीचच रडत होती. मला पाहताच मंडळीनं डोक्यावरचा पदर सारखा केला. पोरगी रडायची थांबली अन् हसत गाडीकडं आली. तिला गाडीवर उचलून घेतली आणि तसाच तिला घेऊन घरात आलो. अंग नुसतं रवरव करत होतं. दारूमुळं डोक्यात घणाचे घाव घातल्यागत वाटत होतं. जागरणानं अन् दडपणानं डोळे गांजा ओढल्यागत तांबारले होते. अगोदर अंघोळ करावी व नंतरच चहा घ्यावा म्हणून पाणी विसणलं. अंघोळ केली. देवाच्या फोटोला नमस्कार केला अन् चहा घ्यायसाठी कॉटवर बसलो. कानांत बोट घालून पाणी पुसून, चहा घेणार तेवढ्यात बाहेर 'जावा' वाजली. आवाज ओळखीचा वाटला म्हणून घराबाहेर डोकावलं तर धाकटा भाऊ फटफटी स्टॅण्डला लावत होता.

"अगं, सूर्याजी आलाय." मी घरात वळून म्हटलं.

तो घरात आला अन् चटदिशी खालीच बसला. गुडघ्यात मान घालून मुसमुसू लागला. माझ्या पोटात धस्स झालं.

"का रं सूर्या? काय झालं? आ बोल की मर्दा!"

"भाऊऽ–" मुसमुसत तो म्हणाला, आपली ताई बेपत्ता हाय रं. सांगत बी न्हाईत बेणी. मला तर वाटतंय, काटा काढला त्यांनी. ताई पुनींदा दिसणार न्हायी रं–" तो वादळात बाभळ हादरावी तसं हमसूनहमसून रडत रडत ताईच्या छळाचं सांगत होता.

–अन् मी आतल्या आत सुन्न झालो होतो. आतून पार हादरून गेलो होतो. रात्रीची ती बाई आपली ताई तर नव्हती ना?

◆

बाजार

बाजार जवळजवळ उठल्यात जमा होता. दुकानदार आपल्या गड्यांना पालं सोडायला सांगत होते. आवराआवरीला सुरुवात झाली होती. कापडवाले कापडांचे ढीग व्यवस्थित घड्या करून बांधत होते. गर्दीही कमी झाली होती. स्वस्त मिळेल या हिशेबाने आणि खरोखरच ज्यांना बाजाराला यायला उशीर झाला होता अशी काही गिऱ्हाइकं बाजारात फिरत होती, घुटमळत होती. वंचळाने बाजारात गठुळं बांधलं अन् तिच्या लक्षात आलं सोडे घ्यायचेत. 'त्यास्नी' आणि धाकट्याला सोडे आवडतात. भिरीभिरी ती सुकट-बोंबलाच्या बाजूला गेली तशी बरोबरीच्या बाजूला असलेल्या चार-पाचजणी, "बयाऽ बयाऽ पार दिस बुडलातरी ह्या बयेचं काय उरकाना. लई बारीक चाळनारीऽ ये, अमी निघतू म्होरं! ये चाट्शिरीऽ" म्हणत घराच्या वाटंला लागल्या.

वंचळानं सोडं घेऊन गठुळ्यात बांधस्तवर त्या पार उतारावरून खाली उतरून रस्त्याला लागल्या होत्या. बाजार मोडला होता. ती लगबगीनं उठली. गठूळं डोक्यावर ठेवलं अन् तरातरा चालू लागली. गाव अजून तीन-चार मैल तरी होते. चांगलाच अंधार पडणार होता. घासाघिसीत अन् आठवून बैजवार सगळं घेण्यात बराच वेळ गेला होता. बरोबरीच्या बायकांना गाठायला हवं होतं म्हणजे सगीसोबतीनं गप्पा मारत वाट उरकली असती. रात्री अंधाराचं भयही नसतं वाटलं, म्हणून ती लगबगीनं चालू लागली. बाजारचा गाव मागं पडला, आता मोकळं रान लागलं. उसाचे फड लागले. त्यातली कधी गरम, कधी थंड हवा अंगाला बोचरू लागली. ती आपल्याच नादात वाट उरकू लागली. एव्हढ्यात मागून आवाज आला, "आवंऽ येऊ द्या कीऽ." तिनं चटदिशी मागं वळून बघितलं, कोणी ओळखीची दिसतीय का, बरं होईल गुणूगुणू करत जाता येईल. बरोबरीच्या बऱ्याच लांबल्या होत्या; पण ही काही ओळखीची वाटेना. जवळ आली तशी अलवार दिसली. तरणीच असावी. लुगडं गुडघ्यापर्यंत खोचून घेतलेलं. पाय धुळीनं भरलेले होते. बरोबर एक सात-

आठ वर्षांची पोरगी – ती चालूनचालून कंटाळलेली दिसत होती. केसाच्या झिपऱ्या गालावर आल्या होत्या. फडका तिनं मागून पुढं घेऊन खोचला होता. वंचळा नुसतीच तिच्याकडं बघत राहिली. तशी ती बरोबरीनं येत म्हणाली, "चलाऽ आंधार पडाय लागलायाऽ"

तशी वंचळा चालतचालत म्हणाली, "तर काय! ही घीऽ, ती घीऽ हे इसारलऽ याच्यातच कसा दिस मावळला ही धेनातच आलं न्हाई! आता पळायचं आलंऽ" तिला वाटलं, ही डोंबाळवाडीची असंल. आपल्याला अजून पुढं दोन मैल जायचंय, तेव्हा पाय उचलला पाहिजे. तिनं पुन्हा तिच्याकडं निरखून पाहिलं. चालण्यानं तिचं तोंड उतरून गेलं होतं. अपऱ्या नाकाची, गोल चेहऱ्याची, डोळ्याजवळ गालफडावर थोडी सूज आलेली; तिनं कशाला तरी म्हणून वळून वंचळाकडं पाहिलं आणि त्या अंधूक प्रकाशात तिला तिचं कपाळ पांढरं दिसलं, हिरवं गोंदण दिसलं. बाई 'रांडाव' दिसतीय. पोटी एकच लेकरू का अजून?

"कुठली गं? वाडीची का? पर काय वळखू येईनाय." तिनं विचारलं.

हातातला धडपा पोरीच्या डोक्यावर टाकत ती म्हणाली, "न्हायऽ."

"मंग?" वंचळा डोक्यावरच गठूळं नीट बसवत म्हणाली. आता तिच्या लक्षात आलं, तिच्याजवळ बाजारबिजार काही नाही. नुसता धडपा, तो तिनं पोरीच्या डोक्यावर टाकला. कुठून तरी लांबून चालत आलेली दिसते. त्या बाईनं लांब सुस्कारा सोडला.

"काय सांगू बाई?ऽ"

आता वंचळाला उत्सुकता लागली. कुठून आली ही, कुठं चाललीय. काय झालंय, "कोन गाव तुझं? आन हिकडं कुठं निगालीस?" तिनं विचारलं.

"कुठलं गाव? बाई आमाला गावच न्हायी आन फुडं तितका मुलूख थोडा अशी गत झालीयाऽ"

"का? काय झालंय–?"

"काय व्हायचया बाई! आपून फुटक्या कपाळाच्या; दुसऱ्याला बोल लावून काय उपेग!"

"पर झालंया तरी काय?" वंचळानं विचारलं. कुरकुर करत पोरीनं आता आईचा हात धरला होता. अंधार दाटत चालला होता. भराभरा पाय उचलून वंचळा चालू लागली तशी त्या दोघी जरा मागे पडल्या.

"येवंढ्या की बाई! प्वार चालून चालून कट्टाळलीयाऽ सारखं चालतूया! तिला तरी काय म्हणायचं..."

"बया आजून लई लांब जायचंय. अंधार पडला." वंचळा तिच्यासाठी थोडं थांबल्यासारखं करून म्हणाली, "आगंऽपर काय झालंय ते तरी सांगशील का न्हाई?"

दोघी आता बरोबर चालू लागल्या. "काय सांगायची कत्ता? गेल्याच्या गेल्या साली हिचा बाप वारला– आन सगळीकडं वणवा लागला–"

"कश्यानं? आजारी हुता?"

"कुठलं? गंजीच्या पेंड्या काढायला गेला, नांगरावर जायचं वैरण असावी बरूबर म्हणून तर सापानं हात फोडलाऽ"

"अगं बयाऽ मंग?"

"मंग काय? झिंजाडला हात तर साळऽ साळऽ करीत जनावर गेलं..."

"मंग काय उपचार केलं का न्हाई?" वंचळानं विचारलं.

"समदं केलं. नाथाच्या देवळात न्हेला. आमच्या तितनं एक-दोन कोसावर विडा देतू त्याच्याकडनं इडाबी आणला. पर काय उपेग झाला न्हाई. नदरभेट झाली म्हणं म्हणून आसं झालं म्हंतेत..."

"म्हंजी?"

"नौरा-बायकूची नजरभेट होऊने लागती! आन मी चंडाळीन तिथंच श्याण गोळा करीत हुती! काय चावलं म्हनून आराडलं का तसं मीच म्होरं धाऊन गेली तर ह्यो परकार..."

"आता गं बयाऽ" वंचळा.

"मंग काय! आशील जातिवंत जनावर हुतं वाव - दीड वाव लांब, नुसतं साळसाळ करत शेराच्या झाडात गेलन् काय!"

पोरगी तिच्या जास्तच जवळून चालू लागली.

"मग आता कुठं म्हायेराला निघाली का काय?"

"कश्याच म्हायार आन कशाचं काय? बाई, आपल्यावर परसंग आला म्हणजी कोन कुणाचा नसतूया, त्यात गरिबाचा तर कुनीच वाली नसतूया..."

"काय झालंया ते तरी नीट सांग की बाई..." वंचळा म्हणाली. दोघी वाडीच्या वरच्या बाजूला ओढा होता तिथवर आल्या होत्या. ओढ्याच्या गार पाण्यानं जरा बरं वाटलं. पोरगी खाली वाकून हात-पाय धुऊ लागली. वाडीच्या दिव्याकडं, ओढ्यातल्या कंजाळाकडं बघत ती बोलू लागली.

"हिचा बाप गेला आन मंग काय– ते दोघंच भावऽ सासरा न्हाई मला, आमचं 'ही' धाकलं, तर अगुदर थोरल्याकडं कारभारपण हुतंच. आता तर काय मोकळाच झाला."

"मग आपलं वाटून घ्यायचंऽ वायलं व्हायचं." वंचळा म्हणाली.

"कोन वाटून देतंया! आवो राकीसा हाय नुसता. कशी दोन वरस काडली माज्या जीवाला म्हाईत, ती टवळी बी तसलीच!"

"कोन?"

"जाऊ! दूसरं कोन? सासूच्यावर जाच केला,– सोसवेना तवा निघाली– काय कुठं बी कस्टच करायचं आन पोटाची खळगी भरायची..."

"बयाऽ काय मानसं असत्याती!"

"आव ही कायच न्हाई! कामाचा नुसता चेंद उपसायचा, भिकाऱ्यागत दिल ती खायाचं आन आनलं तसलं लेयाचं. पर मी म्हनती ती का आसना! पर आता सारखाच छळ! म्हंजी बाईऽ म्यां तिथं होऊनेच असं केलं बगा. कश्यावर्न बी बोलायचं, शिव्या द्यायच्या, अंगावर धावून यायचं. आता मानूस हायेऽ कायतर चुकत आसंल की..."

"व्हय की."

"पर लगीच आयभयनीवर यायचं, काय बी बोलायचं. आता ह्या चार-दोन दिसात तर मारायलाच धावून यायचा. चंगच बांधला नुस्ता."

"पर मी म्हणती एवढं काय केलंया तुम्ही दोघींनी! तुमच्या बी वाटणीची जीमीन हाव. भाव एक गेला बिचारा सर्गी, पर त्याची लेकरबाळं– एवढंबी सोसंना?"

"कुठली लेकरबाळं! एव्हढी एकच! तीबी पोरगीच! पर मानसाला हाव केव्हढी? सगळं आपल्याच घशात घालाय टपलेला. आन जाऊ ती तसली! आवो ह्या इष्टीपायी जीव जायाची येळ आल्यावर तुम्ही सांगा बाई, तुमी माझ्या भैनी-सारख्या, काय करायचं वो तिथं ऱ्हाऊन? कुठंबी काम केलं तर प्वाटाला मिळंल!"

"खरंय– पर आता त्यानला रान मोकळचं की! माझं म्हन्नं चार मानसं जमवायची भावकीतली! वाटून घ्यायचं आपलं, सवतं ऱ्हायाचं... आं?"

"आवो कोन त्याच्या म्होरं हुबच ऱ्हात नाही. घोड्याचा मुत हाय त्यो. मान्सं म्हनतेत आम्ही काय त्याच्या तोंडाला लागणार न्हाई, तू आपली सरकारदर्बारी जा; आन तिकडनंच बघ. आता हाय का बरं? मी कुठे वो जायाची? आन त्यो भाड्या मला जाऊन दिल व्हय?"

"तो कसला जाऊ देतूय..."

"आंगआश्शी! आता कसं बोलला? आता तसल्यातनं बी मी वाट काढली असती पर... त्या दोघांनी जवा आमच्या दोघींचा काटा काडायचा इचार केला तवा मातूर धर सुटला."

"आये, आजून किती चालायचंया? माझं पाय दुखाय लागलंऽ"

"गप्प बस. ही काय आलंच गाव. चल वाईच–" तिचा हात धरून ती पुढं सांगू लागली, "दोघा नवरा-बायकूचा विचार चाललेला सुशीनं आयकला,"

"सुशी कोण?"

"ही काय– हिचं नाव सुशी हाये. तर ही झोपलीया असं समजून बोलत हुती.

म्हणत होती, हिरीत दोघीस्नी बी दिऊ ढकलून. जीव दिला म्हणून सांगू, म्हंजी वाटणी फिटणी द्यायला बी नकू आन ह्या पोरीचं लगीन ह्याँव करायला बी नकू! तर बाई आसलं मानूस झालंया सौरातापायी काय करंल आन काय न्हाय. सुशीनं सांगितलं आन बाई काळजानं ठाव सोडला.''

''पर मग आता म्हायेराला जायचं सोडून आसं वाऱ्यावर का सुटलीस.''

''म्हायेराला तरी कोन हाये? आय-बा न्हायीतच. भावभावजय कुणाच्या? आगीनच उठून फुफाट्यात पडायचं! म्हणणार, इवढी इष्टन सोडून आमच्या का उरावर – बरं तिकडं ऱ्हाऊन काय कज्ज-खटलं चालवावंत...''

''व्हय की गं! भावाच्या मदतीनं वाटणी घ्यावीऽ इकून पैका करून म्हायेराला ऱ्हावावं, लईच वाटलं तर वायलं ऱ्हाता येतंय.''

''तीच की, पर भावाची गरिबी, हातावरलं पोट, कष्ट करून खातुया. त्यो म्हणणार, मी कुठं हत्तीसंग झुंज खेळू? तूच आपली पाठ दिऊन कट काढायचा ती हिथं आलीया.'' ती म्हणाली. पोरीला हाताला धरून अंधारात बघत चालत राहिली.

''मंग आता गं?'' थोड्या वेळानं वंचळानं विचारलं.

''आता काय? ह्या गावात बघायचं, काय जमतया का? तुमचा मुलूख बरा हाये! बारम्हाय पानी! रोजगार बी मिळंल. कुठंतरी खोपाट घालायचं–''

वंचळाच्या मनात विचाराचा कालवा उसळला होता. रोजगाऱ्याची पंचाईत होतीच. कामाला माणूस मिळणे कठीण होते. घरातलं बघून रानात जायचं म्हणजे तिचीच तारांबळ होत होती. घरकाम काय थोडे होते? पाणी-लोणी, धुणी-भांडी, सैपाक, झाडलोट, रानात बायांच्या बरोबर खुरपायला जाणं, सुगीची कामं– खुडणी, मळणी, वेचणी, लाख कामं! आपल्याला एका बाईची कायमची गरज आहे. ह्या बाईला आपल्याकडे कायमचे काम देता येईल.

परड्यातल्या छपरात कूड घालून एखादी खोली काढून दिली तर बाई तिथं राहील. पोरीला भांडीबिंडी घासायला येतील; तेव्हढी तिला मदत. एकूण काय ही बाई आपल्याला चांगल्याच उपयोगाची आहे. कामाची दिसते. देवानंच आपलं गाऱ्हाणं ऐकलं. तिची ती कष्ट करंल, खाईल. आपल्याला मदतीला हात झाला. शेतीतल्या कामाला माणसं जितकी असतील तितकी पाहिजेतच...

अशोकसाठी घेतलेल्या शेव-चुरमुऱ्याचा पुडा तिनं लुगड्याच्या वट्यातच ठेवला होता. चालत चालत तिनं वट्यातच पुडी थोडीशी मोकळी केली. मूठभर मेवा काढला अन् पोरीला म्हणाली, ''घीऽ ये काय नाव म्हणाली, घी खायला घी. भुक्याजली आसचील.''

''सुशी ऽ सुशे घीऽ ती काय देतेत बग. आता आलं बरं का गाव जवळऽ''

सुशीनं अंधारातच हात पुढं केला. चाचपडत... वंचळानं तिचा इवलासा हात

हातात घेऊन मूठ तिच्या हातात कोंबली.

सुशी तोंड हलवायला लागली. वंचळानं एक मूठ आपल्या तोंडात टाकली. दुसरी तिच्याकडं करत म्हणाली, "घीऽ टाक तोंडात ऽ"

"नकूऽ मला काय करायचंय! मी काय ल्हान लेकरू हाय? सुशीला दिलं तीच बरं झालंऽ कटाळलीय चालू."

"आग घीऽ थोडंसं उगं त्वांड हलवायचंऽ त्यानं काय प्वाट भरतंय!"

"आव तुमी पोरा-बाळांना घेतलेलं! आता गेलं की आये, आमाला खायला म्हणत नाचत येत्यालीऽ."

"ऐकलाच हायेऽ..."

"मग तर त्याला लई लागत आसंलऽ"

"असंना का. मस रग्गड घेतलंया-खा."

दोघी-तिघी तोंड हलवत चालू लागल्या. जरा वेळ शांतता पसरली. बाजूच्या झाडावरचे रातकिडे किर्र करू लागले. चाल मंदावली.

"बाईऽ जामाल का न्हाय कामाधोंद्याचाऽ" तोंडातल्या घासामुळं थोडंसं बोबडं बोलत तिनं वंचळाला विचारलं.

"व्हयऽ त्याला काय तोटा? रोजगारी मिळतंया कुठं अलीकडं?"

"मंग बरं झालं बाई! पर गाव कसं हाय?... " तिनं विचारलं.

"आता बाई गाव तिथं... कुठंबी गेली तर पळसाला पान तीनच! आपुन घट आसल्यावर काय भ्याचं न्हाई."–

"ती खरंच!" ती मुकाटपनी चालू लागली. भविष्यातलं काहीतरी तिच्या डोळ्यांसमोर तरळत असावं.

जरा वेळानं ती वंचळाला म्हणाली, "बाई तुम्हाला जीमीन किती?"

"हाय पाच-सात एकर..."

"सगळी बागायती?"

"व्हय, हिरीवर काय भिजतीय, केनालचं बी पानी हाय..."

"मंग झ्याक.ऽ ऊस-बीस?"

"तर गं! एकरभर हाय की! त्याशिवाय एवढं खटलं चालतंया का! भुसारावर काय परवाडतंय!"

"बाई, मंग तुम्हाला बी रोजगारी लागत असत्याल की–"

"तर गं, त्योच ईचार करत हुती. आमच्याकडं का ऱ्हायीनास. ज्वारी-बाजरीचा वाटा देऊ. परड्यात कोपाट घातलं तर दोघीबी ऱ्हाल."

"लई चांगलं व्हईलऽ. तुमी देव भेटला बघा."

"कश्याचं, असतू एकेकावर परसंग. त्यातच जानाय पायजे. न्हाईतर तू तरी

काय कमी कुनबाऱ्याची, पर काय करनार?...''

''हूऽ'' तिनं लांब सुस्कारा सोडला.

''पर बया, 'ह्येस्नी' ईचराय पायजे. काय म्हनतेत बघाय पायजे...''

''ईचारा की. कसं हायती मालक? तावीट हायेत?''

''न्हायऽ पर एकांद्या टायमाला डोस्कं बिघाडतंय... '' वंचळाच्या बोलण्यात नवऱ्याबद्दलचे कौतुक होते.

''पिण-बिणं हाये का? अलीकडं त्या बयेनं एक कार माजिवलाय. आमचा दीर तर रोज सांजच्याला फुल! मला तर लय भ्या वाटायचं. वाटायचं मुडदा मारतुय का धरतुय, कुनालं ठाव! सुटली त्येच्या तावडतीन.''

''न्हाय तसलं काय न्हाई. आता कुणी पावणारावळा आला, धुळवडीला आसं; सारखं न्हाई.''

''मंग बरं हाये. न्हाईतं काय म्हणायचंऽ! उलट बरं झालं म्हनत्यालऽ''

''व्हय वाटतंया तसं! बघू ईचारून. मी सांगती.''

''तुमच्या म्होरं कश्याला जात्याल? तुमच्या मुठीत हायेत...''

''कशावर्न गं...'' वंचळानं आतून आनंदत विचारलं.

''लगी वळखू येतं बाई, तुमच्या बोलण्यावर्न, वागण्यावर्न. बाई आसली सौंसाराची, कामाची, ग्वॉड वागणारी आसली तर का न्हाई नवरा मुठीत ऱ्हायचा!''

''मस हायेस की गं ऽऽ'' वंचळा म्हणाली, ''बरंच ओळखू येतंया तुलाऽ''

''काय उपेगऽ...'' ती उदासपणे म्हणाली.

''आये, आजून कितीक ऱ्हायलं? माजं पाय दुखाय लागलं. मला कडंवर घी.'' पोरगी फुरंगटून म्हणाली.

''आलं आलं, जवळ आलं माझे बाये, ती काय दिवं दिसाय लागलं. तुला कडंवर घ्यायला ल्हान हायस व्हय आता?... चल, थोडी कळ काढ. आलंय आता. ह्या मावशीच्या घरी जायचं. मोठा वाडा हाये, खेळायला हाये.'' ती समजूत घालू लागली.

वंचळानं अंधारातच तिच्याकडं परत निरखून पाह्यलं. उजळ रंग, गोल चेहरा, अपरं नाक, बोलघेवडी, दुसऱ्याच्या मनातलं ओळखणारी, पोटात शिरणारी, एवढंस चालत आलो तर हिनं आपल्याला किती बोलतं केलं, भुरळ पाडली. दुसऱ्या मनाला वाटलं, घराबाहेर पडल्यावर आसं करावंच लागतंया, लोकाच्या पोटात शिरावं लागतंय. ग्वाड-ग्वाड बोलावं लागतंय, खोटं खोटं बोलून लोकानला हरबऱ्याच्या झाडावर चढवावं लागतंय. परसंग पडला की, सुसरबाय तुझी पाठ मऊ म्हणावंच लागतंय. तिचं वागणं बरोबर वाटू लागलं. गठूळ्याला हात देत ती चालू लागली. दुसरं मन विचार करू लागलं. बरोबर हाये पन... हिला आपल्या परड्यात ठिवायची

म्हंजी आपल्यावर जोखीम आली! बाई अशी तरणीताठी! गाव... गावातले टगे तिच्या डोळ्यांपुढं दिसू लागले. ते एक असू मेलं. ती आनं तिचं वागणं आपल्याला काय करायचंय? आपल्या कामाला उपेगी पडली म्हंजी बास झालं. तिकडं पोटचं का पाडंना, करंल ती भरंल! आपून काय राखण बसनार हाये तिला? का आता लहान हाये?... मिळतीय बाई कामाला, आपल्याला बी गरज हाय, तिला बी आधार पायजे पन, पन. एकदम तिला तिच्या कारभाऱ्याची आठवण झाली. हे आपल्या कसं ध्यानात आलं नाही? हिला परड्यात कोप घालून द्यायची, परड्यात राहणार. आपलं मालक जास्त करून परड्यातच बैलाना वैरण टाकायला, धारा काढायला, संध्याकाळची बैठक तिकडंच बैलापाशी झोपायचं. म्हणजे त्यांच्या नजरेसमोर सारखी ही बया. पुरुषाची जात. लगीच पाघळती, त्यात असला इस्तू! लोणी पाघळाय काय वेळ लागतू? आपल्या हातानं आपल्या भरल्या सौंसाराच्या दुधात ह्यो मीठाचा खडा टाकून घ्यायचा? हिच्या एकटीच्या कामानं असा काय फरक पडणार हाये? खुरपायचं म्हटलं तरी धाबारा बाया लागतेत. खुडणी म्हणली तरी तेव्हढ्याच; मग हिचा एकटीचा असा काय दुमाला मिळणार हाये? उलट आसलं काय भलतंच घडलं तर आपलीच गत हिच्यासारखी हुयील आन ही आपल्याच डोक्यावर मिरं वाटंल.

"का बाई गपचीप झालासा? बोला की कायतरी, तेव्हढीच वाट उराकती आं?" ती विचारत होती.

"अं... बया किती उशीर झाला! अशूक वाट बघून कटाळला आसंल. तुझ्या बोलण्याच्या नादात उशीर झाला. धारापानी हुयाचं, सैपाकपानी बघायचंऽ" गाव जवळ आला. दिव्यानं डोळे दिपायला लागले. पुढचं काही नीट दिसेना, तरी लगा-लगा तिच्यापासून फटकून चालत म्हणाली,

"बरं बयाऽ मायंदाळ उशीर झालाऽ"

तिला वंचळाच्या वागण्याचा अर्थच कळला नाही. आतापर्यंत नीट बोलणारी मलाही कामाला मिळाली तर बाई पायजेच, म्हणणारी ही बाई अचानक फटकन् झटकून चालू का लागली.

तिच्यापुढं झगझगीत दिवे असूनही अंधार पसरला होता आणि त्या दोघी चाचपडत होत्या. गावातली कुत्री भुंकायला लागली होती.

◆

अग्निदिव्य

तसं काहीही कारण नव्हतं तरी तिला आज उगीचच उदास वाटू लागलं होतं. अशुभ घडंल असं वाटणारं. दुपारची वेळ होती. गावात एक प्रकारची उदासीन शांतता भरून राहिली होती. दूर नांदुर्कीच्या झाडाखाली खेळणाऱ्या पोरांचा कालवा ऐकू येत होता. मधूनच कुठल्यातरी बाभळीच्या झाडावर साळुंक्या बोलत; गप्प होत. घरातलं सगळं आवरलं होतं. कधी नाही ती सासू म्हणणारीनं गड्यांच्या भाकरी घेऊन रानात गेली होती. घर रिकामं होतं. एवढा मोठा वाडा सुना होता. पुढं ओसरीला तिचा नवरा गप उताणा पडलेला. तेव्हढाच माणसाचा पायरव धाकाचा. चौकात बंब, पुढं बादली निमूटपणे ऊन सोशीत होती. एखादं खरकटं भांडंही त्यांच्या सोबतीनं होतं. कोंबड्या पण उन्हाच्या कुठंतरी दूर दाणं टिपायला गेलेल्या. कधी घरी न राहणारा नवरा जेवून सरळ ओसरीवर घुम्यासारखा उताणा पडून राहिला होता. मधूनच खांडावरची पाल चुकचुके. या अबोल शांततेनंच तिला उदास वाटू लागलं होतं. माहेरची आठवण येऊ लागली होती. एवढं मोठं घर खायला उठलं होतं.

तिनं धुण्याचा भारा उचलला अन् नदीवर जायला निघाली. तिनं चपला सरकवल्या तसं टक्क डोळ्यांनी खांडाकडं पाहणारा नवरा बोलला, "लवकर ये; लई येळ लावू नगो."

आवाजात जरब होती. विनाकारण.

"मी काय तिथं पोहत बसणार का शिवनापाणी खेळत बसणार आहे? हा धोंडा नसला रिकामा तर थोडा वेळ बसावं लागतंय; पण ह्या वेळेला कुठली गर्दी तरी नदीवर? साऱ्या रानावनांत पांगलेल्या. आपल्यासारख्या एक-दोघी तर असतात. ह्यानं असं का बजवावं?"– मनाशी विचार करीत, ल्हयाऽल्हया करणारं ऊन डोक्यावर घेत ती नदीकडे निघाली. मनाशी अशुभ विचाराचं सावट होतंच.

'असा कसा नवरा? एवढा मोठा बारदाना. एकुलता एक. सासरा नाही. सासू

म्हणणारनीनं सौंसार चांगला सांबाळला, वाढवला म्हणून आपल्या बापानं जास्त पैका खर्च करून हिथं दिलं; पण नवऱ्याचा घुमा स्वभाव अन् सासूचा खाष्ट! दोन्हीकडनं तिची मुस्कटदाबी होत होती. सासूला वाटे, हिनं माझ्यापेक्षा जास्त राबावं. मी नवऱ्याच्या माघारी संसार केला; वाढवला. हिचंच तिला कौतुक आणि सून गौरीसारखी नाजूक. हिला काय असलं जमतंय अन् कसं व्हायचं तुझ्या सौंसाराचं बाबा! माझ्या माघारी हे भजन. आता ही तरी काय आईच्या पोटातनंच शिकून आली होती? प्रसंग पडला की, माणूस देतंय तोंड.''

मी नवीन आहे. अजून आपल्याला रानाचे नीट बांध माहिती नाहीत अन् मी काय लगेच दारी धरणार की खुरपणं करणार आहे? बघत बघत सगळं जमतंयऽ. आपण काय नाबर नाही की कोंच्या गोष्टीत अडाणी नाही; पण ते ह्यांनी जरा दमानं घ्यायला पाह्यजे. जबाबदारी टाकून बघाय पायजे. ती सारखी मागं लागती. घालूनपाडून बोलती. माहेराचा तर धा वेळा उद्धार! असं वाटतं, एक डाव मला बोला पर माझ्या बाचं नाव काढायचं कारण न्हाय; पण दरवेळी घुटका गिळायचा.

अशा विचारातच ती नदीवर पोहोचली. भराभर पिळे पिळले. घसाघसा धुतले. बादलीत पिळे ठेवून दगडानं हातपाय घासले. आरस्पानी शांत पाण्यात आपलं रूप न्याहाळलं. स्वतःच्या गोल गोऱ्या साजसुरती चेहऱ्यावर तीच खूश होती. सगळ्या त्रासाचा, विचाराचा विसर पडला अन् मन हल्लक झालं. कुठल्यातरी लयीत ती धुण्याची बादली डोक्यावर घेऊन वाड्यावर आली. उन्हाचा आता भर होता. दोन तरी वाजले असावेत. सगळीकडं कसं चिडीचिप होतं. ऊन रणरणत होतं. गावातली खिडारं, पडक्या भिंती अधिकच उदासवाण्या दिसत होत्या. तिला परत कसंतरी वाटू लागलं.

दारातून आत शिरून तिनं बादली खाली ठेवली. एकेक पिळा उलगडून, झाडून ती वलणीवर वाळत टाकू लागली.

''इतका उशीर?''– नवऱ्यानं तारवटलेल्या डोळ्यानं विचारलं. तिला वाटलं, दारूबिरू पिऊन आला की काय हा? विचार तरी काय ह्याच्या मनात? एवढा मोठा वाडा अन् हा असा एखाद्या टपून बसलेल्या वाघासारखा. नवरा असूनही तिचं काळीज हाललं.

''लगीच तं आली. काय गर्दी नव्हती!'' ती हळू आवाजात बोलली.

'गर्दी नव्हती? आन् मंग इतका वेळ कसा लागला? का बसली होती कुणाशी गोष्टी करत? व्हय तुझ्यायला!'

तिच्या संबंध शरीराला आकडा आला. असलं काही सासू किंवा नवरा बोलला की, तिचं शरीर ताठरून जाई. कणन्‌कण संतापानं थरारून उठे. माझं देखणेपण गावातल्यापेक्षा ह्यांनाच जास्त खुपतंय. हे एक त्रासाचं कारण होतं. सासू नेहमी ह्या

देखणेपणावर करवादायची. आता सुंदर असणं तिचा गुन्हा होता का? बरं एवढं होतं तर मग एवढी देखणी पोरगी करायची कशाला? नेहमी, 'इतका का वेळ लागला? कुठं थांबली होतीस? कुणाशी बोलत हुतीस?'

पयल्यांदा तिला वाटायचं, सासू आहे, विचारणारच; पण पुढं तिला ह्यातली खोच कळायला लागली. प्रत्यक्ष सासूचीच या बाबतीत आपल्याबद्दलची दृष्टी साफ नाही हे तिला जाणवलं. हे उगीचच होतं. तिच्या देखणेपणानं ती दोघं मायलेकरं संशयी बनत होती. कदाचित म्हातारीला आपल्या पोराबद्दल आत्मविश्वास नसेल. तुझा पोरगा जर मला सुख द्यायला समर्थ आहे, तर मी दुसरीकडं काय म्हणून शेण खाईन! पण दोघांना विनाकारण संशयाची बाधा झाली होती अन् ती कशी नाहीशी करावी हे तिला समजत नसे.

आताही तिला त्याच्या बोलण्यातला विखार जाणवला. वाड्यातलं एकाकीपण जाणवलं अन् ती हळू आवाजात म्हणाली, 'जायायेयाला अन् तिथं धुवायला जेवढा येळ लागला तेव्हढाच! बाकी काय?'

"मलाच उलट इचारतेस?" तो सोप्यात बसत म्हणाला.

"मी कशाला उलट बोलू? मी तेच म्हणतीया-"

"काय म्हणतीया?"

'......!'

"का टाळं लागलं का तोंडाला का वाचा बसली? कशी सांगचील म्हणा! अशी काय कोंची बाईल सांगल व्हय नवऱ्याला की, अमक्या बरुबर गप्पा मारीत व्हते, अमका भेटला हुता–'

"कायतरी काय बोलताय?" मान वर करून त्याच्याकडं बघत ती म्हणाली.

त्याचा संतापानं फुललेला चेहरा पाहून ती घाबरली. संताप. विनाकारण. संशय का? पण– आपलं काहीही चुकलेलं नसताना.

"कायतरीच व्हय?"

"कायतरीच न्हायतर काय! उठा. चुळगुळणा करा. च्या करते. रानाकडं जावा. आतीबाय म्हणत्याल, बसली राजारानी गुलूगुलू बोलत." ती वातावरणातला ताण कमी करण्याच्या उद्देशानं बोलला; पण परिणाम निराळाच झाला.

'काय कोंगाडपण भरलंय तुझ्या अंगात आ? म्हंजी उशीर का झाला हे इचारलं ते सांगायचं राहिलं बाजूला. पर आता मातुर कमाल झाली. म्हंजी, मला आपलं मळ्याकडं पिटाळलं की याराला घेऊन बसायला बरं! कोण बघतंय ह्या टैमाला; आयला तुझ्या! कुठं असलं कौसालपण शिकली गं?'

जे बोलावं ते अंगाशी यायला लागलं होतं. कानात तापलेला रस ओतल्यागत तिला झालं.

"कायतरी बोलू नगासा. उगं, आपलं कायतरी भूत हुबा करायचं आन् माणसाला धारंवर धरायचं. तुम्ही असताना मला..." तिला लाजेमुळं पुढं बोलवना. मूळचा गोरा चेहरा गुलाबी घामाघूम झाला.

"आयला, नाटाक मोठं छान वटावतीयास." सोफ्यावरनं उठून पुढं येत तो म्हणाला,

"त्या दिवशी त्या सर्जेरावबरुबर कोण बोलत हुतं नदीला? आं? का गं आता का वाचा बसली?"

खरं तर हा सर्जा कोण हेच तिला आठवत नव्हतं. आपण कुणाशी बोललो हेही तिला आठवेना. नदीवर? तिनं बराच ताण दिला. काही आठवेना.

"तशी कुठली कबूल होतीस तू?"

'आवो पन–!'

पुढं होऊन वाड्याचा दरवाजा बंद करून तो गरकन मागं वळला. त्याच्या चेहऱ्याकडं पाहूनच तिच्या अंगावरून भीतीची लहर सरसरून गेली. आता काय हा आपल्याला जिवंत ठेवत नाही. हातातला पिळा खाली पडला.

"पाया पडते. मारू नगा ऽ न्हाय वो कुनाशीसुद्धा बोलली न्हायी मी. का कुणाकडं वर डोळा करून पाह्यलं नाय!" ती केविलवाणी नजर करत त्याच्याकडं पाहत म्हणाली.

"रांड तिच्यायला-" खुंटीवरचा आसूड हातात घेत तो म्हणाला.

"कायतरी बोलू नका वोऽ तुमच्या पायाची शिप्पतऽ तसलं काही सुदीक माझ्या मनात येनार न्हाय."

"माझ्या पायाची शिपत घेतीयाऽ" चाबकाचा फटकारा तिच्या अंगावर ओढत तो म्हणाला.

पायाशी लोळण घेत ती म्हणाली, "मारू नका होऽ खरंच आंबाबाय शिप्पत तसलं काय नाय. तुम्ही काय म्हणताय तेबी आठवत न्हायऽ"

आसूड ओढत तो म्हणाला, "कसं आटवल? नवऱ्याला शिंदळकी कोण सांगल?"

मारानं ती व्याकुळ झाली. ओरडायचीही भीती. ओरडलं तर जास्त मारेल. मला मारलेलं सोसवना तेव्हा ओरडले तर माझ्याच पदराचा बोळा तोंडात कोंबला. आता तर काय टळटळीत सुन्न दुपार आणि एकाकी वाडा. तरी रडू फुटलंच. हुंदके ... हमसूनहमसून हुंदके.

"रडतीया ऽ रडून शिंदळकी जिरवतीय व्हय तुझ्यायला!"

लक्कन तिला आठवलं. पाचसा दिवसांपूर्वी ती अशीच नदीवर धुवायला गेलेली. येताना हंडाही भरून आणावा म्हणून नेलेला. नदीला बायाबापड्या कुणीच

नव्हत्या. हिचं धुणं धुऊन झालं. हंडा भरला; पण उचलेना. बराच वेळ हिकडंतिकडं बघितलं. लांब खाली गुरं पाण्यावर आलेली. तिथं एक-दोन उघडी पोरं पाण्यात पवतेली. चार-दोन बगळं पाण्यात ध्यान लावून उभे राहिलेले. कुणाला हाक मारायची? एवढ्यात डोक्यावर लुंगी टाकून एकजण आला अंघोळीला! लुंगी खाली टाकली. कापडं काढायच्या नादात. नाइलाजानं तिनं हंड्याला हात द्यायला बोलावलं. बिचाऱ्यानं फक्त हात दिला हंड्याला. मान वर करूनसुद्धा बघितलं न्हाय त्यानं का मीऽ. कुणीतरी काडी लावलेली दिसतीय; तळपट होईल मेल्यांचं. नांदनारनीचं असं चात्र करनं बरं नव्हं.

सगळं खरं पण मार कसा चुकवायचा! वाद्या तर वादाडे देतोयच देतोय.

"सांगते पर मारू नका–"

"हां! आता कशी वळणावर आलीस! बोलबोल लौकर."

त्या दिवशी उचलू लागाय कोन नव्हतं म्हणून कोन होता त्यो बाबा... त्याला म्हटलं खरं म्या- माझी चुकी झाली पर दुसरं कायपण बोलली न्हाई. देवाशिप्पत!"

"मग? मी म्हणत हुतू ते खरं हाय का नाय?" पुन्हा आसूड उगारत तो म्हणाला.

"न्हाय वो! एवढंचऽ कुणीतरी कान भरलेलं दिसत्यात तुमचं. कायपन न्हाय. नुस्ता हंड्याला हात लावला एवढंच! तुमच्या पायाच्यानं!"

मागं सरत तो म्हणाला, "माझ्या पायाबियाची शिपत घेऊ नगूस. आयची मी! सोता गू खायाचा अन् माझ्या पायाची शिपत घेतीया!"

"आता काय करू? कसं सांगू?" ती रडवेली, मुसमुसत म्हणाली. चोळीच्या चिंध्या झाल्या होत्या. वादी कातडं घेऊन गेली होती. पाठ रक्ताळलेलीऽ. उनाचं घामाघूम होणारं शरीर घाम झिरपल्यानं जास्तच चरचरत होतं.

"त्येलातला पैसा काढतीस?"

"त्येलातला?" डोळे विस्फारत ती म्हणाली.

'हां. तुला बट्टा न्हाय ना? मग काढ की तेलातला पैसा. बघू तुझं सतपण.' नवरा खरंच पाणी तापवायच्या चुलवणाकडं जात म्हणाला. इंजनासाठी आणलेलं क्रुडाईल खोलगट घमेल्यात ओतलं अन् चुलवणावर ठेवून त्यानं खाली जाळ लावला. ती हबकून गेली. वाडा गरागरा आपल्याभोवती फिरतोय असं तिला वाटलं. हे पहिल्यापास्नं असंच चालत आलंय. गड्यानं बाहेर कितीबी शेण खाल्लं तरी गडी कोराकरकरीत; बायकाच्या जातीला मातर हा भोग! एवढा चांगला म्हणणारा रामसुदीक ह्यातनं सुटला न्हाय. त्याच्यातलाही पुरुष ऐन टायमाला जागा झालाच की! एवढी सावलीसारखी मागं राहाणारी सीता - त्याला तिची खात्री नसूने? बरं, अगीनप्रसाद खाऊन ती बाहेर आली तरी बिचारीच्या कपाळी वनवास ठेवलेलाच.

ऊठ बये! तुझ्या कपाळी हाच भोग आहे. अग्निदिव्य! एवढं करूनही पुढचे धिंडवडे थांबताहेत का नाही कुणास ठाऊक!

जाळ चांगला लागला होता. ती शून्यपणे बसली होती. क्रुडाऑईल उकळू लागलं होतं. खिशातली अधेली काढून तिच्यापुढं नाचवत तो म्हणाला, ''एऽ शीतासावेत्रे ऽ हे बघ. पैसा टाकतूय ऽ मोठी अधेली हाय, काढून दाखव न्हायतर...'' त्यानं वाक्य अर्धवट सोडलं अन् ती नखशिखांत घाबरली.

याचा घरी राहायचा असा एकूण डाव होता तर! माय-लेकरांनी दोघांनी ठरवलेला. म्हणून तर सासू लवकर गेली रानात निघून.

जाळ! लालभडक जाळ, उकळतं क्रुडाऑईल. त्यात खदखदणारी अधेली. भडकत्या ज्वाला अन् हात जोडून डोळे मिटून उभी राहिलेली सीता तिच्या डोळ्यांसमोर उभी राहिली. कुठूनतरी धैर्य अंगात आलं. सुटका नव्हतीच. एका निश्चयानं ती उठली. चुलीजवळ जाताच धग जाणवली. जाळानं अंग पोळायला लागलं. उन्हाळ्याचे दिवस. अगोदरच रणरणतं ऊन. त्यात हा लालभडक जाळ. उकळणारं क्रुडाऑईल एकवार वाटलं, हे घमेलं असंच उचलावं; त्याच्या तोंडावर फेकावं अन् आपल्याही डोक्यावर ओतून घ्यावं. बस्स झालं जीवन!

तो पुढं सरकला. आसूड हातातच. ''नकोऽ काढतेऽ'' ती अस्फुटसं किंचाळली. पुढं सरली. धाडस होईना.

साधं पाणी जरी जरा जास्त गरम असलं तर चटके बसतेत. पायात व्हाण नसली तर तापलेल्या फुफाट्यात तोंडावर हात जातोय. ऐन गारठ्यात थोडं शेकोटीजवळ बसलं तरी पाठ फिरवावी वाटतीय. भाकरी थापताना चुकून तव्याची कड लागली तर आग आग होतीय. अन्–

हे उकळतं क्रुडाऑईलऽ त्यातला पैसा. चारित्र्य... कशाचं काय अन् काय...!

हात जवळ गेलेला जरा मागं आला. तो हसला. अक्राळविक्राळ. एखाद्या राक्षसासारखा. ती हरणीसारखी भेदरली.

''कर नाय त्याला डर कशालाऽ काढ की ऽ उगं बाता मारतीयास– ''

तिला एकवेळ वाटलं, अगुदर तुम्ही बिनबट्ट्याचं हाय म्हणून दाखवा काढून, मग मीबी काढते. कसलं काय, हे सगळं मनात; वाघापुढं बकरीचं काय चालणार? ती परत पुढं सरकली.

धग जाणवली. त्यानं दोन्ही हातांत आसूड धरलेला. तिला लहानपणी पाह्यलेली सर्कस आठवली. पाटलूण घातलेला तो बाबा असा दोन्ही हातांत चाबूक घेऊन असा बघायचा की सिंहही गुरगुरत का होईना, स्टुलावर चढायचा. त्या चाबकात म्हणं विलेक्ट्रिक शॉक असायचा. एवढा सिंहासारखा सिंह; पण तोसुद्धा घाबरून स्टुलावर चढायचा. आपण तर काय गरीब गाय!

तिनं डोळे गच्च झाकले. मन घट्ट करीत चटकन हात घातला. अधेली हाताला लागली; पण हाताची अशी आग आग झालीय. भडका उडाला. टरारून फोड आले. पातळात लघ्वी व्हायची वेळ आली. डोळ्यांपुढं काजवे चमकले. निळेऽ पिवळेऽ जांभळे ठिपके! अधेली त्याच्याकडं फेकत, हाताकडं बघत ती मटदिशी खाली बसली. काही सुचेना.

सुन्न झालेला तो चाबूक तसाच फेकून देऊन डोक्यावर टोपी ठेवून दार उघडून रानात निघून गेला. एकही शब्द न बोलता; तिच्या टरारून आलेल्या फोडाकडं न बघता. तिला हाताला काय लावावं हे सुचेना. बाहेर जायची चोरी. कुणाला कसं सांगावं? मनगटापर्यंत हात भाजलेला. थोडा का थोडका! हाताचा तर भडका उडालेला. तिला वाडाभर थयथया नाचावं वाटलं. चुलीतली लाकडं घ्यावीत. हा वाडा पेटवून द्यावा अन् आपण पण त्यात जळून जावं.

संध्याकाळी सासू रानातनं आली; पण एका शब्दानं चौकशी नाही, म्हणजे सगळं हिच्या विचारानंच झालं होतं. काम करणं अशक्य होतं. हात नुसता आ म्हणू देत नव्हता. उलट चडफडत, करवादत सासू कामाला लागली. ती कानकोंडी होऊन गेली. रात्रभर डोळ्याला डोळा नव्हता. उलघाल झाली. आता हात बरा होईस्तवर सगळीच पंचाईत! लुगड्याची गाठ बांधण्यापासून ते भाकरी खाण्यापर्यंत. बरं, भाकरी करणारी सासूऽ प्रत्येक घासाला तिचा लागट शब्द. जिणं असह्य होणार!

माहेरी जाऊन सरळ आई-बापाला म्हणावं, "तुम्हाला नकोशी झाली असंन तर सरळ हिरबावडीत ढकलून द्या; पण ह्या घराला पुन्हा जाणार नाही."

संशयाचा भुंगा नेहमीच यांचं डोकं पोखरत राहाणार अन् आपले धिंडवडे आता कायमचे. एकदा तडकली काच ती तडकली.

सकाळी उठून तिनं लुगडं पिशवीत भरलं, दागिनं उतरवून सासूबाईजवळ देत म्हटलं,

"माह्येराला जाती. हात बरा होईस्तवर काय करू हिथं बसून?"

काही बोलली नाही. तिला कुठं उल्हास होता हिला भाकरी करून घालायला. सरळ माहेराला गेली. आईच्या कुशीत हमसून हमसून रडली.

वडील सोप्यात फेऱ्या मारत बसले.

दिवस गेले. वर्षं गेली. तिनं सासरी जाण्याचं नाव काढलं नाही. वडिलांनी तिला पाचारलं नाही. सासरचं कुणीही आलं नाही. सांगावा नाही, निरोप नाही की मुराळी नाही. तिनं ठरवलं, रानात काबाडकष्ट करायचं. होतील तेव्हढी कामं करायची. शरीर कष्टवायचं. आपल्या नशिबी संसारसुख नाही. आपण देखणा चेहरा घेऊन जन्माला आलो ती आपली चूक.

बऱ्याच दिवसांनी आईच्या आग्रहानं ती अन् आई शिंगणापूरच्या चैत्री वारीला गेल्या. यात्रा पाहून ती हडबडली. आतून कोमेजून गेली. सुखाचा संसार असता तर एखादं बछडं घेऊन गाडीबैलासहित नवऱ्याबरोबर ती महादेवाला आली असती. तिनं सुस्कारा टाकला. बेल-दवणा घेऊन गर्दीतनं वाट काढत दर्शन घेऊन त्या दोघी पायऱ्या उतरू लागल्या अन् तिनं पाहिलं, नवरा एकीला घेऊन दर्शनाला वर चढत होता. त्यानं दुसरं लग्न केल्याचं तिच्या कानावर आलं होतं. तिनं जोडीला पाहाताच काळजाचा ठोका चुकला. असल्या संशयखोर माणसानं आता तरी कसली बायको केलीय... हातभर पदर तोंडावर पुढं ओढणारी; पायाच्या अंगठ्याकडं बघणारी.

गर्दीतून तो पुढं आला तसं त्याच्याबरोबरची ती दिसली. पदर पार खांद्यावरून घसरायच्या बेतात. तिरपा भांग. शहरातल्यासारखं झंपर घातलेलं, त्यातनं बॉडीचा पट्टा दिसतेला. नजर भिरभिर.

बायकांना पुरुषाची नजर जशी कळते तशी बायकांचीही चालचलणूक कळते. एका दृष्टीत तिनं ह्या नव्या बायकोचं पाणी जाणलं अन् अनावर ऊर्मी दाटून आली. तिला आपल्याला नक्की काय वाटतंय ते समजेना.

खरोखरचीच छिनाल बायको आपल्या नवऱ्याच्या पदरात पडल्याचा आसुरी आनंद की विनाकारण संशय घेऊन आपल्या नवऱ्यानं आपल्या संसाराचा केलेला खेळखंडोबा अन् ही वेसवा पाहून उदास मनस्क चीड?

ती यांत्रिकपणे पायऱ्या उतरत होती आणि भोळा सांब हे सगळं तटस्थपणे न्याहाळत होता.

◆

दरी

"सुभे ये सुभेऽ" अशा आईच्या चार-पाच हाका झाल्यावर वाकळ बाजूला टाकून, झिपऱ्या मागं सारत डोळ्यांतली चिपडं काढत ती धडपडत चुलीसमोर येऊन बसली होती. बाहेर पावसाची भुरभुर चालू होती. आभाळ एकसारखे झाले होते. कुंद होते. हवेत गारवा आला होता. पावसानं रात्रभर रिघाटी धरली असावी. किती वाजले समजण्यास मार्ग नव्हता; पण उजाडले होते. तिनं मिचमिच्या डोळ्यानं चुलीच्या जाळाकडं पाहिलं.

"ऊठऽ किती हाका मारायच्या? चल, त्यो डबा घीऽ भरऽ येष्टी गेली म्हंजी? त्यो बिचारा मरल उपाशीऽ तुम्हाला काय एक तिथं चार टायंबाला गिळालऽ चल, चल ऽ" आई म्हणाली.

ती उठली. फडक्याचा काचा मारत तिनं पत्र्याचा डबा काढला. आईनं डब्यात भाकरीचं गठूळ ठेवलं. डाळ-कांद्याचा डबा ठेवला, ठेच्याची पुडी ठेवली आणि तिला डबा बंद करून कुलूप लावायला सांगितलं. "पळऽ पळऽ गाडी जाईल."

"व्हय की गं! उगं मागं लागतीसऽ" सुभी.

"अगं येष्टी गेल्यावर काय करणारीस? का पुण्याला जाऊन देऊन येनार हायेस? आताची हुकली की पार उंद्या सकाळपतोर गाडी न्हायऽ तवर त्यानं उपाशी ऱ्हावावं म्हण की! आपून काय तालेवार हाय त्याजजवळ पैसं ठिवायऽ-घील कायतरी खाईल न्हायतर जाईल हाटीलातऽ आं? जा जा माझे बायेऽ भावासाठी एवढं कराय व्होवंऽ"

"आगं पर न्हायी कुठं म्हणतीया? ते बघ पावसाची चळक आलीऽ पोतं दी मलाऽ खोळ करून; भिजंन मी पाक."

"आता मीच उठून देऊ व्हयऽ घी कीऽ माझं पिठाचं हात हायेतऽ– " आई.

बाहेर पावसानं जोर धरला होता. तिनं कुरकुरत डबा खाली ठेवला; पोतं हुडकून काढलं. खोळ केली आणि डबा घेऊन निघाली.

त्यांची पंधरा-वीस घरांची वाडी रस्त्यापासून अर्ध्या-एक मैलापासून खाली दोन टेकड्यांमध्ये वसली होती. थोडा चढ चढून आल्यावर आडवा पसरलेला रस्ता दिसे. रोज पुण्याला जाणारी एस. टी. सकाळी येई. त्या गाडीला जेवणाचा डबा द्यावा लागे. सुभीचा भाऊ तिकडं पुण्याला कोर्सला होता. त्याचा डबा सकाळच्या ह्या गाडीनं जायचा. संध्याकाळच्या गाडीला परत यायचा, तो न्यायला हिथं यायचं! गेले तीन-चार महिने रोज सकाळचं तरी तिला कायम यावं लागायचं! संध्याकाळी आई आबाला पाठवायची. ''हिथं बिड्या फुकत बसताय ते तिथं जाऊन बसा आन डबा घिऊन याऽ. पोरीला कुठं पाठवायची रातची अंधाराचीऽ'' मग आबा जायचा. एकादेवेळी गाडी लौकर आली म्हणजे पंचाईत व्हायची. वेळेला तिथं हजर नसलं म्हणजे डबा पुढं जायचा म्हणजे मग पंचाईत व्हायची. मग फडक्यातच भाकरी बांधायची, जाम एकावर दोन फडकी– त्यालाच चिठी लावायची. तिच्यावर नाव लिहायला कुणाला येतंय! मग वाडीतल्या मास्तरकडं नाहीतर कुठल्यातरी पोराकडं जावं लागायचं. तरी बरं मास्तर लिहून द्यायचा, पोरांचं काही खरं नसायचं. र ला ट करत नाव लिहायचं. 'औंध पुणे'ऐवजी 'अवंध पुने' असलं काहीतरी लिहायची. सगळा ताप व्हायचा. म्हणून मग गाड्यांच्या वेळा चुकवून भागत नसे. सकाळची चुकली तर त्याला उपास घडेल म्हणून आणि रात्रीची चुकली तर दुसऱ्या दिवशी द्यायला डबा कुठला! राहिला नीट रात्रभर गाडीत तर दुसऱ्या दिवशी मिळे; पण तशी शक्यता थोडीच, कुणीतरी काढून घेई.

पावसात भिजत, डबा सांभाळत ती चढ चढून आली आणि गाडी येताना दिसली. पावसातही पाण्याच्या चिपळ्या उडवत गाडी भन्नाट वेगात येत होती. ती पळत सुटली. चिखलातून एका ठिकाणी घसरली; पण पडता पडता वाचली. गाडी वेगात पुढंच जायची; पण तिनं डब्याचा हात उंचावला. पुढं गेल्यासारखी करून गाडी थांबली. ती समोरून ड्रायव्हरच्या बाजूला गेली.

''लौकर यायला काय हुतंयऽ आं? अगोदर येऊन थांबत जा,'' ड्रायव्हर गुरगुरला. पाण्याचे ओघळ तोंडावरून निपटत ती नुसतीच हसली. ''हसती काय? मागं कंडक्टरजवळ दी डबा; हिथं न्हाय बंद झालं आता ते'' ती परत वळसा घालून पळाली. कंडक्टरही खवळला. आतले प्रवासी उबदारपणे उशीर होतोय म्हणून कुरकुरले. गाडी लगेच चालू झाली. पाण्याचा सपकारा तिच्या अंगावर उडाला आणि आधीच मळका झालेला तिचा परकर अजून खराब होऊन गेला.

...असे वर्ष होऊन गेले. उन्हाळा, पावसाळा अन् थंडीत ती टेकाड चढून एस. टी. गाठी. घड्याळ नव्हते. सगळा अंदाजाचा कारभार. किती वाजले कळत नसे. कधी उशीर होई कधी लौकर येऊन रस्त्यावर थांबावे लागे. भाऊ सुटीवर आला म्हणजे तिला बरे वाटे. सकाळचं लौकर उठून गाडी गाठणं तेवढ्यापुरतं तरी

तिच्यामागचं चुके. तरी आई तिला जास्त वेळ झोपू देत नसे.

"पोरीच्या जातीला एवढी झॉप काय कामाची? आता काय ल्हान हायेस व्हय? घोडी झालीयासऽ लौकर उठावं, केरवारं करावं, शेरडाकरडाच्या खालचं झाडावंऽ पानी आणावं का उगंच दिस उगवस्तर हातरुणात लोळत पडायचंऽ, तरी बरं तुझी भाकरी पोहोचवायची म्हणून पळतीयाऽ ती. बाकी न कुरकुरता करती बरं का." आई काही तिला, काही भावाला उद्देशून बडबडत असे.

ऋतू गेले आणि झाडाला पालवी फुटावी, आंब्याला मोहोर यावा, मोरानं पिसारा पसरून नाचावं तसं सुभीच्या देहाला-मनाला यौवनाचा स्पर्श झाला. ती स्वतःशीच लाजू लागली, आपल्याच उभरत्या छातीकडं पाहून चकित होऊ लागली. आता तिला डबा घेऊन पळावं वाटू लागलंऽ. एस. टी.तल्या एखाद्या प्रवाशानं टक लावून पाहिलं तर लाजावसं वाटू लागलं. कंडक्टर डबा घ्यायच्या मिषानं हात दाबी. त्याचा एकीकडे राग येई तर एकीकडं अंगातनं शिरशिरी उमटून जाई. तोंड वेडवाकडं करीत, चेहऱ्यावर राग आणीत ती डबा खसदि्शी देई; पण कुठंतरी आत अशा स्पर्शाची ओढ लागे. आपल्यातल्या या बदलाची तिची तिलाच मजा वाटे.

बघता बघता दोन वर्षे निघून गेली. अंबादास पुण्याहून कोर्स पूर्ण करून घरी आला अन् तिचं गाडीवर डबा द्यायला जाणं बंद झालं. कधीकधी सकाळी एस. टी.चा चिरपरिचित आवाज आला की तिला टेकडावर जाऊन एस. टी. पाहावीशी वाटे. भरधाव वेगाने येणारी एस. टी. जोरात येई. पुढच्या वळणावर दिसेनाशी होई. तिचं मन त्या एस. टी.बरोबर जाई. न पाहिलेलं पुणं तिच्या नजरेसमोर येई. ती अजून भिगवणच्या पलीकडं गेली नव्हती. भिगवणची आगीनगाडी तिनं लांबूनच पाहिली होती. कधी एकदा तिच्या आईनं नवस फेडायचा म्हणून बाबीरऽ बुवाच्या जत्रेला नेली होती. तेव्हढीच गंमत! तीही दुरूनच पाहिलेली. जत्रेतली पालं, दुकानं, बत्त्यांचा झगमगाटऽ उंच जाऊन वरखाली होणारे पाळणे आणि गोलगोल फिरणारे घोडेऽ, पण त्यातही नवस फेडायचा असल्यानं कापलेला बोकड, त्याचा उटारेटाऽ; पाणी आणणं असं आईच्या हाताखाली मदत करणं यातच तिचा वेळ गेला होता. तिला शहर कसलं असतं ते पाहायचं होतं. सुळकन जाणाऱ्या मोटारी, सिनेमे, भरपूर खायला असणारी हॉटेलं, काय काय मजा असतीयऽ पण कोण नेणार आपल्याला? भाऊ होता तोपर्यंत काहीतरी आशा होती; पण या गरिबीनं कुठलं जमतंय. आबासुद्धा जाऊन आले नाहीतऽ. डब्यातूनच चिठ्ठी, निरोप पाठवायचा, पैसेसुद्धा डब्यातूनच भाकरीच्या पोटात प्लॅस्टिकच्या कागदात गुंडाळून पाठवायचे. तिथं पुण्याला कुठलं जायला मिळतंय.

अंबादास काही दिवस घरी बसला. कुठंकुठं अर्ज टाकत राहिला. रोज वाडीत एकदा पोस्टमन येऊन जाई तिसरापारचा. त्या वेळी तो आशेने शाळेत जाई. मास्तर

टपाल फोडीत. आपल्याला काही कुठले बोलावणे आलेय का पाही. असे थोडे दिवस गेले. सुभी आता आईची फाटकी म्हणा त्यातल्या त्यात चांगली म्हणा, दंड घातलेली लुगडी नेसू लागली. आबा काळजीत दिसू लागले. पोटाला चिमटा घेऊन अंबादासला एवढा शिकवला, पुण्याला ठेवला; आता गड्याला नोकरी लागंल काहीतरी मदत होईल, पोरीचं लगीन यांव करायचंयऽ 'न्हातीधुती पोरगी घरात ठिवायची म्हंजी इस्तू उशाला घिऊन झोपण्यासारखं हाय' असं बडबडायचे. अंबादास तरी काय करणार होता. त्यानं सगळीकडे प्रयत्न चालवलेच होते.

अन् एके दिवशी त्याला पुण्याच्या कारखान्याचे बोलावणे आले. त्याला पोहोचवायला सकाळीच सुभी, आई, आबा सगळेच रस्त्यावर आले. सुभीला ती गाडीवर 'डबा' पोहोचवीत होती त्याची आठवण आली, एकदा पावसात आपण घसरलोऽ डबा वरच्यावर धरला; पण मांडीपर्यंत चिखल लागलाऽ. गाडी समोरून येतच होती. ड्रायव्हरने गाडीचा वेग कमी केला, हळूहळू येऊन गाडी थांबली तोपर्यंत आपण सावरून चालू लागलो होतो; पण पावसाच्या माऱ्याने पोलका छातीला घट्ट चिकटला होता आणि ड्रायव्हर, कंडक्टर, आतल्या प्रवाशांच्या नजरांनी आपल्याला मेल्याहून मेल्यासारखं झालं. ती स्वतःशीच खुदकन हसली; पण घाईघाईनं अंबादासला म्हणाली– "अप्पा, गेल्याबरुबर पतारं टाक बरं का."

"बर का रंऽ सुभी काय म्हणतीय? पोरीचा तुझ्यावर लई जीव" आई म्हणाली, "माझ्या बयेनं एक दीस डबा पोहोच कराय कंटाळा केला न्हाई बगऽ भैनीबिगर माया न्हाईऽ"

आबा, अंबादास नुस्त हसले, तेव्हढ्यात गाडी आली. तो चढला. "येतू आबा, आयेऽ कार्ड टाकतू... बरं का सुभे" तो आत बसत म्हणाला. तिनं मानेनंच "बरंय" म्हटलं.

अंबादास परत पुण्यालाच कामाला गेला. आता डबा पाठवायची गरज नव्हती. त्यानं तिकडंच कुठंतरी दोघा-तिघांत खोली घेतली होती. पगार बरा मिळत होता. ते दोघं-तिघं हातानं करून खात होते. सुभीच्या मागे बाकीच्या कामाचा रगाडा होता. कधीतरी त्याचे पत्र येई. पैसे येत. आबांच्या तोंडावर थोडी टकळाई आली होती. ते आता उमेद धरून सुभीसाठी जागा बघत होते.

अंबादासला पत्र गेलं म्हणून दोन-तीन दिवसांची रजा टाकून तो गावाकडं आला होता. आबानं सुभीचं लग्न जमवलं होतं. त्याची सुपारी फोडायला जायचं होतं. पोरगा रुईखालच्या डोंबाळवाडीचा होता... घरी थोडी जमीन होती. पाच खंड्या मेंढरं होती. दोनच लेक. हा थोरला होता. मेंढराकडं असायचा. कायतरी तिसरी-चौथी शिकलेला असंल; पण मेंढका गडी. अंबादास आबावर चिडला, "नव्हं एव्हढी काय घाय झालती म्हणतू मी!"

"आता लेका, न्हाती-धुती पोरगी घरात घिऊन कुठवर बसायचं? आता पदर येऊन दोन वरस झाली" आबा.

"व्हय बघायचं वोऽ पर जरा चांगली जागा बघायची का न्हाय? आपली सुभी काय लंगडीपांगळी हुती व्हय? तवा मेंढका बघितला?"

"आरं मस्स देखणी हायऽ पर रोकड्याचं काय? हुंड्याला पैसा कुठनं आणतुस? एखादा एकर बागायती आन पोरगा वाईच शिकलेला म्हणलं की धा-पंधरा हजार मागतेतऽ आणायचं कुणाच्या बापाचं?" आबा, "ही आपली मानसं गरीब हायेतऽ आपल्या जुन्या सोयरसंबंधातली हायतीऽ उगं कुठं..."

अंबादास गप्प बसला होता; पण त्याला मेव्हणा मेंढका असावा हे पटले नव्हते; पण करतो काय! आबांनी पैशाचा प्रश्न काढल्याबरोबर तो गप्प झाला होता; पण सुभीला आपल्या भावाची माया बघून बरे वाटले होतेऽ आतनं भरून आल्यागत झाले होते. 'काय आपली नशिबानं ज्याच्याशी गाठ बांधली आसंल तिथंच जमायचं' असं म्हणून ती गप्प बसली होती.

अंबादास, आबा जाऊन आले होते, सुपारी फोडली होती. टिळा घेऊन गेले होते लगेच आणि मग तो पुण्याला गेला होता. जास्त रजा नव्हती म्हणून. आता लग्नालाच येईन, तोपर्यंत तुम्ही साखरपुडा वगैरे उरकून घ्या; मी पैसे पाठवून देतो म्हणाला होता.

सुभीचे लग्न गरिबीच्या मानाने बरे झाले. कालपर्यंत झंपर फडक्यात वावरणारी सुभी नव्या साडीचा बोंगा सावरत नवऱ्याच्या घरी नांदावयास गेली अन् नोकरीत कायम झालेल्या अंबादासच्या लग्नाचे घरात वेध लागले. अंबादासने पोरी पाहायचा सपाटा लावला. आठ-पंधरा दिवसांच्या रजेत त्यानं पाच-सात पोरी बघितल्या. आता अंबादास टेचात होता. पुण्याला कायम नोकरी होती. तिथंच कुठंतरी त्यानं स्वतंत्र खोलीही घेतली होती. छानछून कपडे घालून तो गावोगाव हिंडे, हातात घड्याळ, डोळ्यांवर गॉगलऽ आबांना म्हणे, "पुण्यात सोभंल अशी पोरगी पायजे."

"काय बाबा, तुला पायजी तसली बघऽ. आम्हाला का नांदवायचीय" आई म्हणे. आबा गप्प बसत. मुलीच्या बापाने पाहुणे होऊन यायच्याऐवजी आपला लेकच जाऊन पोरगी बघून येतो हे त्यांना पटत नसे; पण कर्तुकीला आलेला पोरगा. त्यात शहरात राहाणारा, चांगला पगार मिळवणारा म्हणताना गप्प बसण्यावाचून गत्यंतरच नसे.

... शेवटी एकदाची त्याला पोरगी पसंत पडली. पाव्हण्यांनाही हा पसंत पडला. अंबादासला पोरगी पसंत म्हणताना आबांचे काही चालले नाही. त्यांच्या मनात पाहुण्याकडून हुंडाफिंडा उकळायचा होता. पोरगा कामाला, घरी थोडी जमीन म्हणल्यावर काहीतरी काढू पाहुण्याकडून; पण अंबादासनं परस्परच जमवलं होतं.

म्हणजे आबांना, भावकीतल्यांना नेलं सुपारी फोडायला; पण आपली पसंती अगोदरच त्या पाहुण्याना सांगून टाकल्यानं आबांना कोण विचारतोय– तरी पाहुण्यांनी लग्न करून हुंडा वगैरे दिला. भांडी दिली, पोषाख, घड्याळ दिले; पण आबा-आईला आपल्याला विचारले नाही याचे मनात कुठेतरी खटकत होते. शिवाय पोरगीही आगाव वाटली. अंबादासच्या आईनं मनाची समजूत घातली. 'कुठं आपल्यापाशी नांदायचीय? ती तिकडंच जाणारऽ त्यापली ती बरी ऱ्हायली म्हंजी बास!'

सुभी लग्नाला आली होती, तिचा नवरा पण! परंतु अंबादास आपल्या मेंढक्या मेव्हण्याबरोबर नीट बोललाही नव्हता. जणू त्याला लाज वाटत होती. सुभीचं चाललं होतं, "अप्पा, वयनीला घिऊन ये बाबीरबुवालाऽ; ततनं जवळच हाय आमची वाडी.' पण त्याने नुसते हूं हूं केले होते आणि वैनीनं तर तोंडच फिरवले होते; पण सुभीच्या लक्षातच आले नव्हते. ती भावाचे लग्न अन् देखणी वैनी याच आनंदात होती.

सत्यनारायण, गोंधळ, जागरण होऊन अंबादास पुण्याला गेला बायकोला घेऊन! सुभीही सासरी परतली. आपल्या संसारात दंग होऊन गेली.

असेच दिवस गेले. सुभीच्या मनात पुणं बघण्याची लहानपणापासून मनात दडलेली इच्छा एकदम उफाळून वर आली. भावाला भेटावं, चार दिवस राहावं; पुणं हिंडून पाहावं असं तिच्या मनानं घेतलं. ती नवऱ्याच्या मागं लागली, "चला की चार रोज. मला अप्पाला भेटावं वाटतंयाऽ"

"आगं पर हिथली काय सुय? दादाला काय आता मेंढरामागं पळनं हुतंय व्हय? तुझं एक बरं हायेऽ आय करील चाररोज सैपाक पर..."

"त्या शिवाला म्हणावा बघ की चार रोजऽ त्याची मेंढरं न्हायती का तुम्ही सांभाळली? आपल्याला काय आठ-पंध्रा दिस ऱ्हायचंय? सवड काढली तर हुतीया– मी सांगू का शिवालाऽ" सुभी.

"काय नगऽ मी सांगतू, एवढं काय तो न्हाय म्हणतूय खरं! पर मलाच माझी जित्राबं दुसऱ्याच्या जीवावर सोडाय नकू वाटतंयाऽ"

"अशानं पावणं-रावळ्याच्या कवाच भेटीगाठी व्हायच्या न्हाईत" सुभी.

"ती तरी कुठं आपल्याकडं येत्यात गं? एवढं तू बोलावलंस मग आला का? आं? आपलं येड्याबागड्याचं कसं पटनार त्याला? शेरात ऱ्हाणारा तुझा भावऽ झ्यॉकपॅक आन यॅसफीस करनाराऽ"

"तसलं काय न्हायऽ त्यो कुठं काय शेरात जलामलाय का काय? त्योबी हिथलाच, शेरडीच्या मुतात लोळत हुता कीऽ"

"व्हय पर आता शेरगावात गेलायऽ आपली वळख कशाला ठेवतुयाऽ आपली लाज वाटंल."

"लाज वाटायला काय परकं हावऽ. सख्खी भैन हाय मी! त्यो शिकायला पुन्याला हुता तर पाऊस म्हनू नका, थंड म्हनू नका, गाडीला डबा पोहोच करत हुती मीऽ"

"मंग काय झालं?"

"न्हाय ती जाऊ द्या म्हना! पर रक्ताचं तर नातं हाय का न्हाय? आवं चला की चार रोजऽ पाव्हण्याला भेटायचं तर किती अंगाला आणलंयाऽ."

सुभीनं असं म्हटल्यावर मग बिरू तयार झाला. बिरूचं तांबडं पागुटं तिनं साबण लावून धुतलं. बरोबर असाव्यात म्हणून बाजरीच्या भाकऱ्या, भजी, हुलग्याची उसळ असं बांधून घेतलं. भावभावजयीसाठी धपाटी वेगळी बांधून घेतली. आबाकडून आणलेला पत्त्याचा कागद घेऊन नीट ठेवला. पुणं पाहायला जायचं म्हणून एकीकडं आनंद, तर एवढ्या मोठ्या शहरात आपल्याला अंबादासचं घर कसं सापडायचं म्हणून तिची छाती दडपलेली. याला दाखव, त्याला दाखव असं करीत करीत ती दोघं संध्याकाळच्या सुमाराला अंबादासच्या खोलीवर येऊन पोहोचली होती. अंबादास, त्याची बायको आवरून नट्टापट्टा करून बाहेर जाण्याच्या तयारीत होती. अंबादासने मेव्हण्याला पाहाताच कपाळाला आठ्या घातल्याऽ कुठले लोक आपली नातेवाईकऽ, शेजारपाजारची काय म्हणतील असा ओशाळा भाव त्याच्या चेहऱ्यावर होता. बळेच त्याने "या या" केले. भावजय फणकाऱ्याने आत निघून गेली. तिने सुभीला "या"सुद्धा म्हटले नाही. "यऽ राम रामऽ" बिरू घोंगडी सरळ करीत दोन्ही हात जोडत म्हणाला, अंबादासने नुस्ते "हूं" केलेऽ बिरूला कळेना कुठे बसावेऽ त्याने घोंगडी खाली ठेवली अन् त्याच्यावर टेकला. अंबादासचे तोंड कसनुसे झाले.

"अगोदर टपाल टाकायचं की नाही?" त्याने त्रासिकपणे विचारले.

"आता कुणाला लिव्हाय येतंयाऽ आन आम्हाला कुठं लईंदी ऱ्हायचंयऽ ही म्हणली लई बघू वाटतंयाऽ दोन राती जाऊन येऊ! म्हणलं चलाऽ"

"पण आता आम्ही नसतो घरी म्हणजे?" अंबादास.

"मंग काय थांबलू असतू भाहीरऽ न्हायतर शेजारी बसलू असतू त्यात कायऽ"

तेव्हढ्यात अंबादासची बायको बाहेर आली अन् म्हणाली, "चला, वन्स करून घेतेत च्याऽ आपल्याला उशीर होईल."

अंबादास खोटं हसत म्हणाला, "आम्ही सकाळीच सिनेमाची तिकिटं काढून आणलीत, म्हणून म्हणलं तुम्हाला दाजी, अगोदर पत्र पाठवलं असतं म्हणजे आम्ही आमचा बेत असा ठरवला नसता."

"या की तुम्ही जाऊनऽ मी पडतू वाईचऽ परवापासनं आंग जरा दुखाय लागलंयाऽ परत तुमचा पत्या हुडकत लय हिंडलू बघाऽ अडाण्याचा गाडा."

दोघं काही न बोलता निघून गेले आणि सुभी बाहेर आली.

"कोण कुणाचं नव्हऽ लगीन झालं म्हंजी एवढं बदलावंऽ" सुभी फणकारली.

"का?" तो उठून कॉटवर ऐसपैस पसरत म्हणाला, काय झालं?"

"काय व्हायचं? आपून आल्याचा काय दोघाना आनंद तरी झाला का? भावजय म्हणणारीन बोलली सुदीक न्हाईऽ च्या करून द्यायचं तर बाजूलाच ऱ्हायलं, वर यांचा शिनिमा चुकंल याची काळजीऽ मग एखांदा भाव म्हणला असता, चला, आपून सगळीच जाऊ शिनिमा बघायलाऽ आम्हाला काय बघवला नस्ताऽ" सुभी.

"आता त्याचं अगुदर ठरविलेलंऽ मला म्हणत हुता अगुदर पतार का पाठिवला न्हायऽ म्हणलं, तुम्ही जावा की शिनिमालाऽ आपल्याला काय त्येच्यातलं कळतयाऽ मी पडतू म्हणलंऽ" बिरू.

"आवो पर त्याचं काम हाय का न्हायऽ शिनिमा काय पुन्यांदा बघाय मिळाला नसता?" सुभी.

"तिकिटं काढली हुती म्हणत होतं पावनंऽ खरंखोटं कुनाल ठावऽ"

"आवं मायाच आटलीऽ ह्योच भाव माज्यासाठी पुण्यावर्न पाताळ काय आनायचाऽ पावडरचा डबा, रिबीनीऽ आन बरं का तुमची सोयरीक जमवली तर आबानला म्हनला हुता."

"काय म्हणला हुता?"

"माझी एकुलती एक भन हायऽ तिला अशी आडाण्याच्या घरी कशाला देताऽ पैसा जाईल पर चांगला शिकलेला पोरगा बघू."

"मग बराबर हायऽ आपला मेव्हणा मेंढका हाय ही पटलेलं दिसत न्हायऽ आम्ही सोभत न्हाय त्यानलाऽ"

"ती काय बराबर न्हायऽ आता एकदा आपलं पावनं झाल्यावं! आन तू काय मोठा आभाळातनं पडलाईस का इलायतेवर्न आलायऽ"

"वाटतीय एकेकाला लाज! आता त्याला काय करायचं! तरी तुला म्हणत हुतूऽ कशाला जायाचं पाव्हन्याकडं, तर तुला लईच उमाळा आलताऽ माझा भाव आन माझी भावजयऽ घ्या आता..."

सुभी रडू लागली. मुसमुसू लागली. "मला काय म्हायती बयानं एवढा मुठीत घेटला आसल त्ये! नुसता बोटावं खेळवतीय त्यालाऽ, मला लगनातच हिचं चळीतार दिसलं हुतं पर मला वाटलं, सुधरंल सौंसाराला लागल्यावर. पर कसलं काय? ह्यो बी भाड्या नंदीबैलावानी मान डोलावतूय, 'मी आन माझी बायकू नकू कुणाचं ऐकू.' बया बयाऽ माझ्या आबा-आयचं कसं व्हायचं."

"आगं आता वरडून काय उपेग हायऽ" तो समजूत घालू लागला, "असतया जवानीचं चार दीस वारंऽ चट करंल म्होरं."

"काय करतीयाऽ येतीयच कशाला वाडीलाऽ म्हातारपनी आबाचं-आईचं हाल हायती बघा... आपून बी कुठनं झक मारली आन् आलू. उगं पैसं नासलं. तेव्हढंच

धोतर आलं असतं तुम्हालाऽ"

"आगंऽ आल्याशिवाय ह्यो आनभव मिळला असता का? ह्ये बघ, आता ती भाकरीचं गठूडं सोड, मला लई भूक लागलीयऽ"

"मला न्हाय ह्या घरात पानी प्यायचंऽ हामी गरीब असलाव तरी मानसं हायत, त्याची भैन हाय, तिची नणंदऽ एवढी बी माणुसकी ज्याला न्हाय, त्याच्या घरात कशाला हात धुवायचाऽ"

"आगं पर आपल्या भाकऱ्या खायला काय हरकत? आं?"

"ठेसनात खाऊऽ इथं माझ्या नौऱ्याची त्यानला लाज वाटतीया... चला ऽ आपून म्हागारीऽ ठेसनात भाकरी खाऊ आन् रातची मिळंल ती गाडी धरून जाऊ. काय आम्ही सुजलू न्हाय म्हणावं तुझ्या पावूणचारालाऽ" तिनं भाकरीची पिशवी उचलली आणि बिरूला बाहेर काढलं. बिरू पागोटं डोक्यावर ठेवत म्हणाला, "आगं, ती धपाट्याचं तरी ठीव भावालाऽ"

सुभी अडखळली अन् कसल्याशा निश्चयानं म्हणाली, "आवो, चिखलाला पानी तुटलेलं न्हायऽ पर त्याला येऊ द्या माझ्याकडं. माझी कुठनं बी त्याच्यावर मायचीच पाखर ऱ्हाणार" पर, आय म्हणायची,

'आईच्या मांडीवर लेकीचं सारवणऽ

भावभावजयीच्या काळात दारी उन्हाचं वाळवणऽ'

"चलाऽ" ती डोळं पुसत म्हणाली.

कुलूप लावून, शेजारी किल्ली देऊन ती दोघं परत जायला निघाली.

सिनेमा बघून आल्यावर, कुलूप बघून शेजाऱ्याकडं चौकशी केल्यावर, किल्ली घेतल्यावर, बहीण-मेव्हणा परत गेल्याचं कळल्यावर, अंबादास बायकोला म्हणाला, "आयला मेंढकी ती मेंढकीच; बरं झालं गेली ती. उगं आपल्याला खाली मान घालायची पाळी– " बायको खुदकन हसली.

सुभी आणि बिरू स्टेशनचा रस्ता शोधत होते.

◆

उखणलेलं अंगण

चटणी कुटता कुटता तिचे लक्ष समोर गेले. गंजीवर दोन-तीन गाढवे अगदी मन लावून तुटून पडली होती. ती भराभरा उठली आणि झ्याऽझ्याऽऽ करत बाहेर पळाली. दगडं घेऊन गाढवाला हाणून आली. सगळाच उशीर झाला होता. भाकरी झाल्या होत्या; पण लसणीची चटणी कुटून व्हायची होती. नवरा भल्या पहाटे नांगरावर गेला होता. त्याला न्याहारीला भाकरी पोहोच करून यायचे होते. कामाची नुसती धांदल उडाली होती. स्वैपाक, पाणी आणणे, पोराचं हाग-मूत बघणे, सासू म्हणणारीन इकडचे तिकडे करीत नसायची. नुसते तोंडाने वलावला करते आणि शेजारपाजारच्या उचापत्या करीत हिंडायचे. बरं जावं तर जाताना पोराला तरी घेऊन जावं तर तेही नाही. एवढ्या मोठ्या घराचा केर काढायचा, पाणी आणून रांजण भरायचा, चुलीला पोतेरं करायचं, जळण तोडून ठेवायचं, दारातल्या जर्सीला पाणी दावायचं, सासरेबुवा कुठे बाहेर गेले असले, चारचौघात गप्पा मारीत बसले असले तर खायला टाकायचं, जर्सीला धुवायची, धारा काढायच्या, दुधाची निस्तवारी करायची, धुणी धुवायची एक ना दोन– दिवस पुरायचा नाही या कामाला आणि पुन्हा संध्याकाळी नवरा आला म्हणजे त्याचा रूबाब– दिवसभर सासूची किटकिट आणि सांजच्याला पोराची पिरपिर–

गाढवे हाणून लगालगा ती आली आणि उखळाजवळ गेली तर अशोक रांगत रांगत उखळाजवळ गेला होता. 'आरंऽ आरंऽऽ' करीत तिने त्याला उचलला, बाहेर नेऊन हात धुतले. तिखटाचा हात कुठं डोळ्या फिळ्याला लावून घेतला म्हणजे तासभर कोकलत बसंल. सासू नेहमीप्रमाणे कुठेतरी बाहेर गेली होतीच.

'आता ह्याला नेला असता बरूबर तर– सगळंच कसं एकलीनं बघायचं? निदान घरात थांबल्या असत्या तर गाढवे नस्ती का हाणली–' बडबडत तिने अशोकला बाहेर अंगणात ठेवला. त्याच्यापुढं खुळखुळा टाकला आणि भराभर ती तिखट कुटायला गेली, चटणी कुटून झाली. भाकरी फडक्यात बांधल्या. तोपर्यंत

सासूबाई कुठूनतरी गावाची पंचायत करून आल्या. "झालं का न्हाय सारजे? दिस पार डोकीवर यायचा वखुत झालाऽ कवा पहाटचा गेलेला त्योऽ पोटांत नुसता भुकेचा आगडोंब झाला असंलऽ जा लौकरऽ' तिला राग आला होता आपण इकडची काडी तिकडं करायची नाही, नुसती मुकादमकी करायची, गावभर फिरायचं आणि म्हणायचं मात्र काय– भुकनं कळवला असंल- आम्ही तरी काय हिथं माशा मारत बसलुया? सकाळधरनं तोंड वर होईना, कमरचा काटा ढिला व्हायची वेळ आलीय. आता भाकरीचं गठूळ आणि धुण्याचा पाळा घेऊन जायचं, भाकऱ्या पोहोचत्या करायच्या, विहिरीवर धुणं धुवायचं अन् मग घरी येऊन जेवायचं, जर्सीला पाणी दाखवायचं, धुवायची, जळण काटूक बघायचं, दळणं करायची– तिनं काही न बोलता धुण्याचं घमेल डोक्यावर घेतलं आणि हातात भाकरीचं गठुळं 'जाती व आतीबाईऽ अशोकला बघा आन् गंजीवर गाढवं येत्यातीऽ सोकल्यांतीचऽ मघाशी आलतीऽ म्या हाणून लावली पर फिरून येत्यातीऽ'

'त्या वडराचा मुडदा उचललाऽ कामं नसली की खुशाल सोडून देतंय गावातऽ ह्याच्या बापानं गंज लावलीयाऽ थांब आता आली की बांधूनच ठेवतीऽ मग 'ह्यानी' बघत्याल त्येंच्याकडंऽ'

'बांधाय बिंधायच्या फंदात पडू नगा आतीऽ ती काय शेरडू करडू न्हाईऽ उगं लाथ बिथ हाणली तर नसती पंचात-' तिला एकीकडं हसू येत होतं; पण आवाजात शक्य तितकी काळजी दाखवत ती म्हणाली. खरं तर तिच्या डोळ्यांपुढे गाढवाने लाथ दिल्यामुळे उताणी पडलेली सासू दिसत होती; पण तिने प्रयत्नपूर्वक हसू दाबले आणि अशोककडे ध्यान ठिवा म्हणत ती मळ्याकडे निघाली.

मळ्यात पोहोचली तेव्हा नांगर उभा करून नवरा, बैलक्या आणिक एकजण तंबाकू मळत गप्पाच हाणत होते. तिने विहिरीवर जाऊन कोपीत भाकरीचे गठूळ ठेवले आणि मोटार चालू करायला गेली. बटण दाबलं सूंईऽ आवाज झाला अन् फेसाळतं पाणी थारोळ्यात पडू लागलं. तिनं कोपीत जाऊन बघितलं, गेळा भरलेला होता. बाहेर येऊन ती बैलके बोरीकडे यायची वाट बघू लागली. गप्पा हाणणारा आल्या वाटेला लागला अन् ते दोघेजण कोपीकडेऽ येऊ लागले.

'इतका उशीर? काय करत हुतीस इतका येळ? आं! लेका दिवस पार डोकीवर आला तरी तुमच्या भाकरी येत्यातचऽ हिथं आतडी गोळा होऊन येत्यातीऽ'

ती गप्प! नखानं भुई टोकरत उगंच बोलायला जायचं अन् भुकेच्या तावदारात आपल्यावर ताव निघायचा, शिवाय वारंगुळदारादेखत आपल्या बायकोनं उत्तरं दिलेली ह्या गड्याला कशी सहन होणार? म्हणून ती आपली गप्प बसली.

"च्यायाला आता वाढताय का देऊ एक झनाटा!औ?"

तसा सोबतीचा म्हणाला, आरं झाला असंल वाईच वखूत; घरात एक का दोन

असतंयऽ दूध पिऊन आला असशील नव्हं?-"

"दूध अजून ऱ्हात असतंयाऽ आमच्याकडं पर लईच दमानं, कामाचा बिलकूल उरक ऱ्हाई! आता तुझ्या घरात काय कमी धबडगा हाये? आं पर तुझी ऱ्हेरी येऊन किती टायेंब झाला? आन् आमच्या राणी बघाऽ आता आल्यात्या डुलत-"

तिने मुकाट्याने कोपीत जाऊन गेळा बाहेर आणला. कोपीच्या वरच्या बांधाटीला खुपसून ठेवलेल्या पितळ्या काढल्या. पाण्यातनं धुऊन आणल्या; गठुळं सोडून पुढं ठेवलं. दोघं हात धुऊन जेवायला बसले. तिनं भाकरीची चवड मोडून ठेवली. पितळ्यातनं कालवण-भाकरी वाढल्या. पुढं ठेवल्या, एका बाजूला लसणाची चटणी वाढली.

दोघे जेवायला बसले. त्यांचं झाल्यावर ती तिथंच जेवणार होती. त्या अगोदर धुणं पिळून वाळत घालणार होती. दोन घास खाल्ले अन् त्याच्या दाताखाली काच्चऽ. त्यानं थुऽथु करत घास बाजूला टाकला, पुन्हा घास घेतला तर तसंच! त्यानं तोंडात बोट घालून दाढेचा घास काढला. खडा का बघायला तर काचऽ. त्याचं डोकंच फिरलंऽ भंजाळलंऽ

"तुझ्यायला तुझ्या- कांचा कुटून घालून मारतीस काय सटवे? तुझ्या लय गमजा चालल्यात आजपतोर; पर आता मी ऱ्हाआी तुझं खपवून घायचाऽ" म्हणत त्यानं पितळी तिच्या तोंडावर फेकून मारली. सगळं तिखट डोळ्यांत गेलं, खोक पडली आणि रक्ताची धार लागली. तिला काही समजण्याआधीच प्रकार घडून गेला. शिव्याची लाखोली वाहत तो उठला आणि तिला बडवत सुटला. "आये गंऽ मेली वंऽ आता काय करून ऽ बयाऽ आवोऽ मरती वाचवा हो" तिच्या किंचाळन्यानं मळा दणाणून गेला. वारंगुळदार जेवता जेवता उठला. त्याने त्याला आडवायचा प्रयत्न केला; पण गडी भलताच तांबारला होता. एकतर भाकरी खायला उशीर झाला होता. त्यात काचा- त्याचे डोके सरकले होते.

"एऽ तू बगलवाहू! तू ह्यात पडायचं कारान ऱ्हाई सदा! लेका, मला काचां घालून माराय निघालीयऽ असलीला ठिवून काय करायचंय-"

"आरं, आरंऽ" सदा भिऊन गेला. खरंच कायतरी करून बसला म्हणजे आली का पंचाईत? फुकट साक्षी-पुरावे आन् नसत्या भानगडी! त्याने त्याला कवळ घालीत मागे खेचले.

"तू सोडऽ आज जिती ठिवत ऱ्हाई हिला! छप्पन पोरी आणीन! माकडे, मला काचा घालतीस! बघतूच तुझ्याकडं!"

"आरं, तसं नसतंऽ समजा, काय झालं असंल तरी-"

"तू सोड रं! नवरा-बायकूच्या भांडणात मधी पडायचं कारान ऱ्हाय, बरं का सदा!"

“व्हय बाबा! मला काय करायचंऽ तोड खुशाल; दोन खांडोळी कर- पर मला जाऊंदी हिथनं! मेपला नांगूर सोडतू, बैलं घेऊन गावात जातू. आन तरीपण तू वाचनार न्हाई मर्दा! पोलिसाचं लफडं आन् कोर्ट यात निदान बारा-पंधरा वर्षं तरी कायम जाणार, पैका वायलाचऽ आन् तितनं म्होरं तू छप्पन पोरी आणणार न्हाई का?”

“ती म्होरंच म्होरं–”

“म्होरंचा विचार अगूदर करावा लागतंय मर्दा! त्यापेक्षा आसं कर! ऐक माझं”

“काय तुझं पोथ्या पुराण ऐकत बसू? माझंच चुकलं; आजपतूर लक्षच दिलं न्हाई, त्याचा परिणाम हाये ह्यो! पाईची वहाण पायीच ठिवाय पायजी रं–”

“बरूबर हाय! पर आता तू आसं कर वैनीला आपलं त्येंच्या म्हायेराला सोडून येऽ शाप पुन्हींदा पाठवू नका म्हणावं! आपलं जातपंचायत बोलवून काडीमोड घी आन् कर लगीन दुसरं! उगं लेका, रागाच्या तावात कायना बाय करून बसचील आन् सगळ्यांच्या जीवाला घोर!”

“मी पोहोचवाय जाऊ म्हणतुस?” तो मारणं बंद करत म्हणाला. “तिला त्येपला जीव प्यारा आसंल तर आजच्या आज जाईल म्हायेराला! ‘काय गं- खळेऽ ऐकलं का? एवढ्या बोलीवर सोडतूय! घरला गेलं की गुमान चालू लागायचं!’ संध्याकाळी घरी दिसली की मेलीस म्हणून समज–”

आता काय करावं? आपल्या पायांनी आपण सासर सोडायचं आणि माहेराची वाट धरायची? उद्या हीच लोकं म्हणतील, तिची ती निघून गेली. तिला नांदायचं मनात नव्हतं म्हणून. नवऱ्याच्या चटणीत काचा कुटून घातल्या आणि आता अंगावर शेकंल म्हणून माहेराला गेली. तिने मुकाट्यानं जखम दाबून धरली. मुसमुसत पातळ सारखं केलं आणि धुणं घेऊन थारोळ्यावर गेली.

“आता हिच्यायला! सांगितलं नव्ह घराकडं जायचं, आन् म्हायरेला सुटायचं! आं?”

तिचा रडवेला चेहरा अजूनच केविलवाणा झाला. आता धुणं तसंच घेऊन घराकडं गेलं तर सासू काय एक बोलून राहील? सगळी आळी डोक्यावर घेईल.

“धुऊन जाती!” ती पुटपुटली.

“सगळं घर धुवायला निघाली हुतीस की! जाऽ अगुदर माझ्या म्होरनं काळं कर-”

“आव जेवा तरी तिखट राहू द्या बगललाऽ कालवणात न्यायत्या काचा- कशी काय काच पडली कुणाल ठाव!” ती थारोळ्यावरच बोलली, धीर करून!

“आता जाती का-” तो पुन्हा चवताळून उठला तशी ती भयानं मागं सरली. पाण्यातच धडपडली.

'वैनी, आता तुम्ही जा बरं घराकडं! उग वातेंग नकू जाऽ आपलं-'' सदानं समजूत काढली.

गप झालेली. मुसमुसत तिनं धुणं तसंच गोळा केलं आणि आता काय करावं या कर्माला म्हणत गावाचा रस्ता काटू लागली. मधल्या ओढ्यावर धुणं धुतलं आणि घराकडे गेली.

''आं! लगी म्हाघारी फिरलीस? जेवला का न्हाई त्यो? जर्सीला वाईच काचोळा फिचोळा आनला असता तर काय हात झिजले असते व्हयं गं!'' सासूनं तोंडाचा पट्टा चालू केला. साऱ्या संसाराचा काचोळा होऊन गेलाय आणि ह्यांन्ला सुचतंय. तिनं धुणं वाळत टाकलं अन् गप घरात शिरली. हळद नाहीतर चुना शोधू लागली. जखम वाळली होती; पण ठसठसत होती. अंग अन् डोके दुखत होते. भनानत होते. काय झाले अन् कसे झाले तेच कळेनासे झाले होते आणि अचानक झालेल्या ह्या प्रकाराने ती गांगरून गेली होती. पुढं होणाऱ्या घटनांनी हादरून गेली होती. भरमीट टाळक्याचा नवरा आपल्याला आता घरात ठेवणार नाही, हे तिला मघाशीच समजून चुकले होते आणि कजाग सासू त्याचीच री ओढून तोंडसुख घेणार होती.

''अगं व्हमालेऽ काय तोंड शिवलं का काय तुझं? मघाधरनं बगतीयाऽ काय बोलंना काय झालं? '' सासू म्हणाली.

अशोक तिच्याकडे आला. त्याला जवळ पदराखाली घेत ती गप्प मुकाट्याने बसून राहिली. काय सांगायचे, कसे सांगायचे?

''घरी जा म्हणलंऽ थांबूच दिनातऽ म्हणून आलीऽ'' ती जरा वेळानं म्हणाली.

''आस्सं? तू काय तर खोडी करून ठिवली आसंल! न्हायतर हिकडं हाकलायला एवढा शाना हाय व्हय त्यो!''

ती गप मुकाट्यानं कामाला लागली.

''अगं, बोल की काय झालं?'' सासू खनपटीलाच बसली. तिने मग रडत, मुसमुसत काय झाले ते सांगितले.

''आता रं माझ्या कर्मा! असा कसा आपल्यावर उठलं रंऽ आता काय खरं न्हायऽ आरं देवाऽ माझा एकुलता एक की रंऽ असलं कायतरी बरळत सासूनं गळाच काढला. अशोक रडायला लागला. आसपासच्या चार-दोनजणी धावून आल्या आणि ती अजूनच आचारीकी बिचारी होऊन बसली. घाबरून गेली. आलेल्या बायकांना तिखटमीठ लावून सासू सांगू लागली आणि मोठमोठे डोळे करून बायका तिच्याकडे बघू लागल्या, तसे तिला अजून शरमिंदे व्हायला झाले. आपण खरोखरच फार मोठा गुन्हा केलाय असं तिलाही वाटाय लागलं आणि कलाकला करत काय बया दुनीया निघालीयाऽ आसंलं न्हवतं कधी बघितलंऽ बडबडत बाया निघून गेल्या. सासूला सल्ला देऊन, ''पोहोचवून द्यावी म्हायेरालाऽ उगं हाथरूणात साप सांभाळायचाऽ''

तिला भवितव्य कळून चुकले, आपली रवानगी माहेराला होणार नक्की; पण हे कायमचं– का निवळंलऽ ? काय सांगावं?

–हळूहळू दिवस मावळला. गुरं-ढोरं घरी आली. गाडी वाजली. बैल सोडून दावणीला बांधून तो घरात आला. ती काटक्या मोडून चुलीपुढं ठेवत होती. संध्याकाळच्या सैपाकाची तयारी चालली होती. तिला बघून त्याचे डोके पुन्हा तांबारले.

"आयला! ही अजून हिथचं? तुला काय सांगितलं हुतं? घरी गेलं की चालू लागायचंऽ मला दिसली न्हाई पायजे?–" तो आसुडाची काठी हातात घेत पुढं सरसावला तशी ती भीतीनं मागं सरली, भिंतीला चिपकली.

त्यानं हाताला धरून बाहेर काढली, तशी ती ओरडायला लागली. माणसं पळत आली.

"काय झालं छिनाले? मारायच्या आधीच वरडून गुळवणी करतीयास!"

माणसं उभी राहून गंमत बघू लागली, चौकशी करू लागली. सासूनं पुढं येऊन गळा काढून परत तीच हकिगत सगळ्यांना सांगायला सुरुवात केली.

"आता का हिला ठिवावी सांगा! हिच्यायलाऽ हिला तवाच काळं कर म्हणलं तर अजून हिथंचऽ" त्याला जोर चढला तसं एक-दोघांनी उगीचंच 'राहू दी, राहू दी लेकाऽ' म्हटलं.

सासरा बाहिरनं आला. "काय कालवा लावलाय रं?" माणसं जरा मागं सरली आता काय होतंय ते उत्सुकतेनं पाहू लागली. सासूनं पुन्हा गळा काढला.

"ए गपऽ कडूसं पडताना उगं कुणी मेल्यावाणी गळा नकू काढू तिच्यायला! बायकाची जातच व्हैमाली! उगं आरडून वरडून गाव गोळा करायचाऽ" सासरा असं म्हणाला तशी गर्दी जरा मागं सरली. सुनेला धीर आला.

"काय झाल रंऽ"

सासूनंच सगळी हकीगत पुन्हा रंगवून सांगितली, तसा पोरगा परत चवताळत उठला, "असलीला जीती ठेवूनी!"

"आरंऽऽ गप्प! त्यात काय एवढं आवघड न्हायी पर उगं का जीवाला घोर लावून घ्यायचा? हे बघ, तिला उद्याच्याला तिच्या माहेरी पोहोचवून येतू तुम्ही का उगं उराला वाळू घ्याया लागलायऽ मारणं सोप हाय, निस्तारणं अवघाडऽ. जारं आपापल्या घराकडं ऽ हिथं काय तमाशा न्हाय का वाघ्या-मुरळी नाचत न्हाय-पळाऽ" सासरा जोरात खेकसला, तशी सगळी हलली.

दुसऱ्या दिवशी खरोखरच तिची रवानगी माहेराला झाली. सासऱ्यानं काही ना बोलता दारात आणून सोडली अन् त्याच पावली परत फिरला. पाण्याचा तांब्यासुद्धा त्यानं उचलला नाही. ती आईच्या गळ्यात पडून रडली. काय झालं, कसं झालं ते

हमसाहमशी रडून तिनं आईला सांगितलं. अन् दोघी बराच वेळ रडत बसल्या. आपल्या कर्माला बोल लावत बसल्या.

वडिलांनी आणि भावानं चार-आठ दिवस वाट पाहिली. कायतरी रागाच्या भरात होतंय. राग निवळला, कामाची ओढाओढ झाली की, आपोआप कोणीतरी येईल; नाही कोणी तर आपणच जाऊन घालवून येऊ, असा विचार करून ते दोघे गप्प राहिले. तिच्याही दुःखावर खपली धरल्यासारखे झाले.

एके दिवशी वडिलांनी गाडी जुंपली. पोराला नवी कापडं, तिला पातळ, जावयाला शर्टाचं कापड, बुत्ती सगळंच बैजवार करून घेतलं आणि तिला सासरी घेऊन आला.

सासू घरातच होती. सासरा कुठंतरी बाहेर गेलेला. बैलं दावणीला नव्हती म्हणजे नवरा औतावर– घर तसं सगळं तिला विसरून बैजवार चाललेलं दिसत होतं. ती मुकाट्यानं पदर सावरीत आत शिरली. सासूच्या पाया पडायला लागल्याबरोबर कमरेवर हात देत, मागं सरत सासू कडाडली.

“नगं नगंऽ बया, माझ्या पाया नकू पडूस चांडाळणे!”

“! ! !” ती

बुती ठेवलेली; पण सासूनं तिकडं ढुंकूनसुद्धा पाहिलं नाही की सोडायला आळीतल्या आया-बायांनासुद्धा बोलावलं नाही. ती कानकोंडी होऊन काय करावं हे न सुचून तशीच उभी राहिली. अशोक रांगत येऊन आजीला चिकटला आणि सासूनं त्याला घेतला, मुके घेतले. अलाबला घेतली आणि घरात कोणी आलेच नाही अशा थाटात त्याच्याशी बडबडत, त्याला खेळवत बसली. इवाई पाहुणा आलाय, त्याला तांब्याभर पाणी द्यावं, च्याला ठेवावं असलं काहीएक तिनं केलं नाही. सारजेलाही आपण काय करावं हे सुचेना; आपल्याच वडिलांना आपण चहा करून द्यावा, पुढं होऊन चुलीला पेटत घालावं तर सासू कडाडती की काय कुणास ठाऊक – असल्या घरात आपल्याला उभा जन्म काढायचा – बाप आता जाईल आणि आपण एखाद्या किर्रऽ घनदाट जंगलात आजूबाजूनं वाघ-सिंहाच्या डरकाळ्या ऐकू येताहेत अशा निर्जन जागी येऊन पडल्यागत तिला वाटायला लागलं. घराच्या भिंती फिरायला लागल्या आणि खांड अंगावर कोसळतात की काय असं वाटाय लागलं. अंगावर सरकन काटा उभा राहिला आणि भीतीनं जीव दडपून एवढासा होऊन गेला.

वाट बघून पटका डोक्यावर ठेवत बाप आत डोकावला.

“आणि बाय आम्ही चलतू आताऽ आमच्या मागं बी लई वडावड हायेऽ कामाचं दिस! पोरीकडनं काय चुकलं आसंल तर माफी कराऽ आम्ही बी लई खवळालय समजून सांगिटल्याऽ तवा-”

“काय समजून सांगायचंया? नवऱ्याच्या जेवणात काचा कुटून घालतीया!

आन् अजून तुम्ही वर सांगताय माफी करा! चुकलं आसंल! असली कसली चूक म्हंती मी?''

"मी- माझं ऐका तरी -'' ती कशीबशी बोलली. तिला वाटलं, आता तरी गप्प राहून उपयोगाचं नाही. निर्वाणीचं बोललं पाहिजे; पण सासूनं तिला न बोलू देताच पाहुण्याला सांगितलं.

"ह्ये बघाऽ तिला शाप नांदवायचं न्हाई आम्हाला, त्यो तर डोळ्यांम्होर बी आणू नगा म्हंतोयाऽ त्याचं काय भरमीट टाळक्याचं प्वार हाय! त्या दिशी रानातच माराय निघाला व्हता! वारंगुळदारानं समज घातली म्हणून बरंऽ तवा उगं कुठं रोज कटकटी आन् हाणमार– बया त्यातनं काय भलतंच हुन बसलं म्हंजी आमच्या जीवाला घोरऽ''

"आवो आसं कसं हुईल? पोरगी तशी न्हायऽ काय तरी चुकून अंधारात म्हणा, दिसलं नसंल म्हणा; काच उखळात गेली आसंलऽ तिला का आपला नवरा नकू झालाया? पोरीच्या डोळ्याचं पानी हाटलं न्हाई पंधरा दिस. सारखी इकडची आठवणऽ ही कसं झालं आसंलऽ जर्सीचं कोण बघत आसंलऽ पाणी कोन आणत आसंल, आन् आत्याबाय एकल्या कुठंकुठं पुरी पडत असत्यालऽ त्यास्नी जेवण वेळवर जात आसंल का–?''

"म्हणूनच काचा घालून ठेवल्याऽ मोठी काळजीची आलीयऽ'' सासू फणकाऱ्यानं म्हणाली. अजून तवा तापलेलाच दिसतोय असं बघून मग सारजेचा बाप जास्त काही बोलण्याच्या फंदात पडला नाही. पोराच्या खेळण्या-बागडण्यात सासू जरा वेळानं शांत होईल. सारजी कामाला लागली की, आपसुकच तिला विश्रांती मिळेल आणि रात्री नवरा बायकोचा समेट झाला की, पुन्हा सगळं रांकेला लागंल असा विचार करून अन् जास्त थांबलं तर अजून काहीतरी झेंगट काढून भांडणं व्हायला नकोत म्हणून त्यानं खरोखरच गाडी जुंपली.

सारजेला आपल्या पायाखालची भुई खचतेय असं वाटाय लागलं. लांब वनात एकाकी पडल्यासारखं झालं. सासूचा राग तीळमात्रही कमी झालेला नाही हे तिनं जाणलं आणि तिचा राग कमी नाही म्हणजे नवऱ्याचा तर नाहीच नाही– मग कसा टिकाव लागायचा या घरात? तिला ओरडून "आबाऽ" अशी हाक माराविशी वाटली. पळत जाऊन गाडीत बसावं, आपल्या मायेच्या माणसांत जाऊन पडावं, आईच्या कुशीत शिरावंऽ "खाल्लं का बाई? दुखतंय का काय बाईऽ" असं विचारणारी आई– आनंदानं भरलेलं आपलं माहेरऽ पण खरंच त्यांची माया होती का? मायेची आयसुद्धा परवा म्हणाली होती, "सारजे, आपल्या घरी आपलं काय का हुईना! सत्तेचं सासर आन् धर्माचं माहेर! आम्ही एकदा लेक दिली, आम्हाला मेली! अगं, आमी हाय तोपातूर आम्ही कसबी तुला सांभाळू, पर आमच्या म्हाघारीऽ

तवा आपलं सासूच्या हातापाया पडऽ पर लौकर नांदायला जा, मंजी माझ्या जीवाचा घोर मिटंल बघ-'' तिच्या काळजाचा ठोका चुकला होता त्या वेळी.

दिवाळीला, पंचमीला हौसंनं नेणारा भाऊराया आता गप्प गप्प झाला होता. मोकळ्या मनानं बोलला नव्हता. वडिलांचं तर म्हणणं होतं की, पोरीनं नीट वागायला पाहिजे. मग कसली माया? सगळेजण आपला स्वतःचा विचार करणारे– आपल्या इभ्रतीचा, आपल्यावर भार पडू नयं याचा–

गाडी केव्हाच गेली- तिन्हीसांजा झाल्या. ती काही काम करायला गेली की, सासू तिच्या हातून हिसकून घेई. 'तू माझ्या कामाला हात लावू नगंसऽ आम्ही काय मुरांळी पाठवला नव्हता आणायलाऽ तू भाहीर हु!' आसं बडबडायची. तिचा ऊर भीतीनं अजून धपापायला लागे. अजून पुढं काय ताट वाढून ठेवलंय या शंकेनं ती घाबरून कोपऱ्यात उभी राही. 'अशी काय उभी ऱ्हातीयास- बाहेर अंगणात बस- त्यो आला, या घरात राणीसायेबाला म्हणला तर आमचं काय म्हणणं न्हाईऽ खुशाल रामाचं राज्य करा-'' सासूनं तिला अंगणातच बसवली.

रानातली माणसं आली. तिचा नवराही गाडी घेऊन आला. गाडी सोडून त्यानं बैलं दावणीला बांधली. ती सशाच्या डोळ्यांनी त्याच्याकडं पाहत राहिली. तो आसुड खांद्यावर टाकून घराकडं आला तसा तिच्या पोटात गोळा उठला. आता काय होतंय म्हणून ती खाली मान घालून पायाच्या अंगठ्याने भुई टोकरत गप्प उभी राहिली. तो तिच्या अंगावरनं तसाच आत गेला. आसुड खुंटीला अडकवत आईला म्हणाला, ''ही अवदसा कश्याला आली पुनींदा हिथं?''

''आता बाबा तिचा बाप सोडून गेला दारातऽ मी काय म्हणू?''

''तुला सांगता आलं न्हाय व्हय?''

''असं सांगितलंऽ घरात घितलीया का बघ म्यां तिलाऽ म्हणलं, आपुन माघारी लावावं आन् तुझ्या मनात नांदवायचं आसंल तर- काय सांगावं बाबाऽ आलीकडची पोरं तुम्ही लगी पाघळताऽ तुझं तू ठरीवऽ'' सासू तिढ्यात बोलली.

तसं खवळल्यासारखा तो म्हणाला, ''काय बी बोलू नगंऽ तुला एक डाव सांगितलं ना, शाप नांदवायची न्हाई आन् पुना वर म्हणतीयास, तिला तशीच गाडीत माघारी बसवून दियाचीऽ अशोक कुठं हाय? त्याला ठिवून घ्यायचा फकस्त– ''

सारजेचा अजूनच धीर खचला. ती मटकन खालीच बसली. या घरात कसा निभाव लागायचा आपला? तिच्या डोळ्यांपुढं अंधारी आली.

त्यानं तांब्या घेऊन तोंड वगैरे धुतलं. चुळा भरल्या आणि तिच्याकडं न बघता, न बोलता तो बाहेर निघून गेला. जरा वेळानं सासरा बाहेरून आला. मघाच्याच सारखी परत बोलाचाली झाली.

''आरं मग इवाय पाव्हण्याला एवढी कसली घाय झालती म्हणतो मी!

थांबायचं मुक्कामाला, म्हंजी कायतरी तुकडा पडला असता!''

''कशाला ऱ्हातुया! कोनत्या तोंडानं बोलनार? लेकीला सोडलं दारात, गेला निघून. त्याच्या मतानं चट सांभाळतील, पर म्हणावं मी बी फंची काय मेल्याला आईचं दूध प्यालाली न्हाईऽ'' सासू बडबडायला लागली.

ती अंगणातच बसून राहिली. तिला कोणीच घरात घेईना. मधूनच अशोक रांगत तिच्याकडं यायला बघे, तर सासू आत नेऊन त्याला खायला-प्यायला देऊन गप्प करी. एकदा पदराखाली घेतला होता. अंधार पडला- धारापाणी झालंया- जेवण वेळ झाली. गप्पा हाणून नवरा घराकडं आला, मुकाट्यानं घरात शिरला. बाप-लेकांनी तांबे घेऊन हात धुतले. दोघांना जेवायला वाढल्याचं, पुन्हा सासू बसल्याचं, भांडीकुंडी आवरल्याचं सगळं तिला अंगणातनं जाणवत होतं. कुणीच आत घ्यायला तयार नव्हतं की जेवायला चल म्हणत नव्हतं. एकदा-दोनदा तिनं कामाला हात लावायचा प्रयत्न केला, तर सासूनं तिच्या हातातून हिसकून घेतलं होतं; उंबऱ्याच्या आत येऊ नकोस म्हणून बजावलं होतं. आता जेवायलाच कसं आत जायचं? भाकरी सासूनं टाकल्या होत्या आणि आपण आयतं ताटावर जाऊन कसं बसायचं! ती गप बसून राहिली. कुठंतरी बाहेर गेलेला कुत्रा नेमका जेवायच्या वेळी आला. ती आलेली दिसताच तिच्या भोवती गोंडा घोळू लागला. उंऽ उंऽ करून पाय-हात चाटू लागला. कुत्र्याला जी माया आहे, ओळख आहे, जाणीव आहे ती माणसाला असूने या विचारानं ती कासावीस झाली. कुत्र्याला मागं ढकलू लागली. सासूनं आतनंच त्याला भाकरी टाकली. ती मात्र तशीच बसून राहिली.

झाकपाक झाली. न बोलता सासरा, नवरा बैलांच्याकडंला बाजा टाकल्या होत्या तिकडं झोपायला गेले. अशोक दमून केव्हाच झोपी गेला होता. सासूनं सगळं आवरलं अन् कंदील बारीक करून माजघरात ठेवला आणि अंगणात कोणीही नाही, जेवायचं राहिलं नाही अशा आविर्भावात दार लावून घेतलं.

वाटचा वाटसरू असला तरी आपण जेवायच्या वेळेला 'या जेवायला' म्हणतोय आणि आपण- या घरची सून दारात बसलीय; पण खुशाल जेवतेत, आवरतेत; आन दार लावून घेतेत. तिला हुंदका आलाऽ वरती आभाळ आणि खाली उखणलेलं अंगण याशिवाय आता तिचे कोणी नव्हते-

◆

गुंता

माझी बदली कोथळ्याला झाली. बदलीचा हुकूम बघताच माझे सहकारी शिक्षक म्हणाले, ''काळ्या पाण्यावर पाठवलं तुम्हाला. जॅक लागत असला तर रद्द करायचं बघा.'' पण मी वशिल्या-बिशिल्याच्या भानगडीत पडलोच नाही. एकटा जीव... आपल्याला काय, कुठलाही गाव सारखाच. गावाच्या भानगडीत आपण पडायचं नाही. मन लावून शिकवायचं. फावल्या वेळात स्वैपाक, कपडे धुणे ही नेहमीची कामे व लेखन... बरोबरीचे शिक्षक म्हणत होते, ''आवो, कुठं लांब खोपाडात गाव आहे. शिंगणापूरच्या पायथ्याशी... रस्ता धड नाही. एस. टी. गाठायची म्हटलं तरी तुम्हाला शिंगणापूरचा डोंगर चढून तरी जावं लागंल नाहीतर इकडे साताठ मैल धर्मपुरी–'' दुसरे म्हणाले, ''आवो, तुमची एखादी साभार कथासुद्धा तुम्हाला आठ-आठ दिवस मिळायची नाही.'' आणि हा-हा करीत हसू लागले.

''मग तर बरंच की... तेवढाच मनःस्ताप कमी... '' मी जास्त बोलणं वाढवलं नाही. म्हटलं बघू तरी...

शाळेत हजर झालो. डोंगर पाठीवर घेऊन गाव वसलेलं. पुढं विस्तीर्ण माळ... निंबाची, नांद्रुकीची चुकार झाडं. पाऊणशे उंबरा असंल नसंल... कच्चा ठेचकाळता रस्ता... दुसरी पाऊलवाट डोंगरकपारीनं शिंगणापूरकडं गेलेली... लांबवर कारुंड्याच्या तलावाचं निळंशार पाणी... डोंगरातनं खळाळत येणारा ओढा... दिवाळीपर्यंत खळाळणारा आणि पुढं आपोआप आटणारा... गावाच्या कडेला एक जुनी बांधीव बारव; तिच्या धावेवर चिंचेचं डेरेदार झाड. सगळं छान होतं. मला बरं वाटलं. ठीक होतं. निसर्गाच्या कुशीत आलो होतो. निवांतपणा होता. आता गाव बरं निघालं म्हणजे बरं... सहसा आपण कुठं गुंतायचं नाही. कुठल्या प्रश्नात अडकवून घ्यायचं नाही. आपण बरे, आपली शाळा बरी!... पोरांनासुद्धा जास्त मारायबिरायचं नाही.

चौथीपर्यंत शाळा होती. मीच हेडमास्तर अन् मीच उपशिक्षक. आधीचे मी

यायचीच जणू वाट पाहत होते. गळ्यातलं पेंड पडल्यावर जनावर जसं चौखूर उधळतं, तसं ते मला चार्ज देताच सटकले होते. त्यांचाच खोलीत मी माझं बस्तान टाकलं होतं. मग नेहमीप्रमाणंच झालं. एकेका मुलाची ओळख झाली होती. गावाला शिक्षकाची तेव्हढीच आस्था होती. पावसाळ्यात गुरंढोरं, मेंढरं डोंगरावर चरायला नेण्यासाठी पोरांची गरज लागे. सुगीतही पोरं हाताशी लागत. त्यातून सवड होईल तशी मुलं शाळेत यायची. असं आधीच्या मास्तरांनी सांगितलं होतं.

सकाळी लौकर उठायचं. तांब्या-टॉवेल चड्डी घेऊनच डोंगरात जायचं. प्रातर्विधी उरकायचा, ओढ्यावर अंघोळ करायची, घागर भरून आणायची. भाकरी-पिठलं-आमटी कायतरी करायचं. स्टोव्ह होताच. पंचाईत दुधाची होती. अजून रतीब लागायचा होता. चार-दोन पोरांना विचारलं होतं; पण मधल्या दुष्काळानं कुणाकडंच दुभतं जनावर नव्हतं. एखाद्या शेरडीवर घरचं भागवत. विकायला नव्हतंच. त्यातल्या त्यात मोठ्या घरीसुद्धा दुधाची टंचाईच होती.

कोथळ्याच्या पलीकडं बेचक्यात एक वाडी होती कडबनवाडी! पाझर तलावामुळं पाणी चांगलं होतं. डोंगरांचा गाळ घेऊन बसल्यामुळं जमिनी बऱ्या होत्या. जनावरं बरी होती. त्या वाडीला दूधदुभतं बरं होतं. तिथलंच दूध गावात येई. काही चांगल्या परिस्थितीची माणसं घेत.

मी नुकताच ओढ्यावरून घागर घेऊन आलो होतो. ओला टॉवेल-चड्डी वाळत टाकत होतो. तेवढ्यात चौथीतला पांडा दारात हलकेच येऊन उभा राहिला. ''गुर्जी'', त्यानं हळूच हाक मारली.

मी टॉवेल सारखा करीत त्याच्याकडं न पाहाताच ''काय रे, काय पाहिजे?'' म्हणालो.

''गुर्जी, तुम्हाला दुदू पायजे हुतं ना?''

''हो... '' त्याच्याकडं वळून पाहत मी म्हणालो. तो दारात उभा होता, त्याच्यामागं डोकीवर पाटी घेऊन एक पोरगेली बाई उभी होती. मला बघताच तिनं तोंड वळवलं. ओझरता चेहरा दिसला. कपाळी कुंकू दिसलं नाही.

''मग ही अंजी वाढंल तुम्हाला दुदू. वरच्या कडबनवाडीची हाय...''

''कसं पावशेर?'' मी विचारलं. तिनं तोंड न फिरवताच उत्तर दिलं, ''आठ आण्या... किती वाढायचं?'' मी दूध घेणार हे तिनं गृहीतच धरलं होतं. ''काय एकट्याला जास्त करायचंय? पावशेर बास की.'' मी म्हणालो.

तर पांडा म्हणाला, ''आवो दोन पावशेर घ्या की गुर्जीऽ म्हशीचं हायऽ''

''अरे बाबा, पैसे नकोत का द्यायला?... '' मी कचकचत म्हणालो. ती डोक्यावरची पाटी खाली उतरवत म्हणाली- ''बरं आणा भांडंऽ'' मी पातेलं आणलं. पावशेरानं माप टाकता टाकता पांडाकडं बघत म्हणाली- ''आपल्या जीवाला

खायचं, त्यातबी काटकसर... तरी बरं अजून पोरंबाळं न्हायती.. ''

तिची भीड लगेच चेपली होती. आवाज खोंडाच्या गळ्यातली बारीक घाटी वाजावी तसा होता. सामोरी झाल्यामुळं मला तिचा चेहरा नीट दिसला. सरळ नाक, गोल चेहरा उन्हानं तांबूस झालेला; डोळे टपोऱ्या जांभळासारखे असले तरी गायीच्या डोळ्यागत करुण दिसणारे; कपाळी गोंदल्याची हिरवी खूण, गळ्यात डोरलं नव्हतं .. गालाच्या हाडावर रांडमास वाढलेलं. रडून रडून तोंड सुजावं किंवा जाम सर्दी झाल्यावर डोळ्यांच्या खालचा भाग फुगीर दिसावा तसं... मी क्षणात न्याहाळून घेतलं.. पोरगी रांडाव दिसतीय .. एवढ्या कोवळ्या वयात.. मी दुधाचं पातेलं उचललं अन् हसल्यासारखं करून म्हणालो- ''बरं, आता एवढा तुम्ही आग्रह करताय तर उद्यापास्न दोन पावशेर घेत जाईन... ''

उचललेली पाटी खाली ठेवत आणि तवलीवरचं फडकं बाजूला करीत ती म्हणाली- ''त्याला आणि उद्या कश्यालाऽ आजपास्नंच दोन घ्या की.. म्हंजी हिशेबाला बी बरंऽ कारं पांडा? ''

पांडा पायाला तिढी घालून कृष्णासारखा उभा होता; तो सरळ उभा राहात म्हणाला- 'बराबर हाय.. आज दुदाबरुबरच खा भाकरी गुर्जी. मस्त लागतीय...' पांडा जरा आगाऊच पोरगा होता; पण त्यानं काळजीनं माझा दुधाचा प्रश्न सोडवला होता, म्हणून मी त्याच्या बोलण्याकडं दुर्लक्ष केलं.

अंजीचं दूध सुरू झालं. रोज दिवस उगवायच्या आधीच ती येई. काही वेळा मला जाग येई ती तिच्या ''आणाव भांडंऽ गुर्जी ऽऽ'' या मंजुळ हाकेनंच. मी मग घाईगडबडीनं लेंगा अडकवत भांडं घेऊन दार उघडी. लहान मुलासारखी डोळ्यांतली चिपडं काढी. ती अस्फुट हसल्यासारखी करी. दुधाची मापं भांड्यात टाकी. थोडी धार घाली अन् पाटी उचली. दोन पायावर बसलेली, पाटी उचलताना छातीचा उभार नजरेसमोर येई. अन् मनाला वाटे, कसं सोसावं हिनं? संबंध आयुष्य पुढं पडलंय... दुसरं लग्न का करत नाही ही? घरी कोण कोण आहे? हिला मूलबाळ? अनेक प्रश्न उभे राहात अन् विरून जात. तिला विचारायचा धडा होत नसे.

असे बरेच दिवस गेले. शाळा अशीतशीच चालली होती. पावसाळ्यातलं हत्तीचं नक्षत्र चालू होतं. पूर्वेकडून ढगावर ढग येत. डोंगर निळासावळा होई. अंगावर आल्यागत वाटे. विजांचे भडीमार अन् ढगांच्या गडगडाटात जोरदार सरी येत. डोंगराच्या कडेला असल्यानं कितीही पाणी पडलं तरी चिखल असा होत नसे. निपळीमुळं रात्री पाऊस पडला तरी सकाळी स्वच्छ, निखळ!...

अंजी नेमानं दूध आणीत होती. आता बरीचशी भीड चेपल्यानं अधूनमधून काहीबाही विचारीत होती. म्हणजे 'तुमचं गाव कोणतं? घरी कोण कोण हाये? अजून लग्न का झालं नाही? कवा करणार? आम्हाला वैनी कवा आणणार?' मी आपलं कधी हसून

तर कधी एखाद-दुसऱ्या शब्दात उत्तर देऊन बोळवण करी. मला गुंतायचं नव्हतं. खरं म्हणजे गावात दूध मिळत असतं तर हिचं दूध घेतलंच नसतं; उगाच झगझग नको. आडवळणी गाव, डोंगरबारीची भरमीट टाळक्याची माणसं... उगाच डोक्याला ताप...

दिवाळीची सुट्टी लागायची होती. मला तेवढंच बरं वाटलं. नाही म्हटलं तरी या आडबाजूला पडलोय, या जाणिवेनं कंटाळा आला होता. आठवड्यातनं दोनदाच टपाल येई. केव्हातरी लिहिलेलं पत्र, साभार परतीची कथा असं येई. तेव्हढीच बाहेरच्या जगाशी आपला संपर्क असल्याची खूण. कधी नातेपुत्याला गेलो तर पेपर पाहायला मिळायचा. गावात पंचायतीचा रेडिओ होता. त्याच्यावर बातम्या ऐकायला मिळायच्या. त्याचीही बॅटरी संपली होती. आता ती संपली होती आणि नवीन कमीतकमी दोन महिने तरी बसणार नव्हती. कळवणार कोण अन् कळवलं तरी ताबडतोब दखल घेणार कोण? या आडवळणाच्या गावी बॅटरी बसवली काय अन् रेडिओ चालला काय किंवा नाही काय, याची अधिकाऱ्यांना काहीच घाई असणं जरुरीचं नव्हतं, म्हणूनच दिवाळीची सुट्टी तोंडावर आली म्हणताना शिक्षेतून पॅरोल मिळावा तसा मला आनंद झाला. मी दिवस मोजू लागलो.

एके दिवशी तांबडं फुटायच्या वेळीच दाराची कडी वाजली. नेहमीची "आणावं भांडंऽ गुर्जीऽ" अशी हाक आली. मी उठलो. अजून बाहेर तसा अंधारच होता. आत तर काहीच दिसत नव्हतं. मी उशालगतची काडेपेटी काढली, काडी ओढून चिमणी लावली. उशाचा लेंगा चढवला अन् भांडं घेऊन कडी काढली. इतक्या पहाटेच कशी काय आली बुवा इतक्या लांबून ही? पावसानं गवत वाढलेलं. एकटीनं यायचं हिला काहीच कसं वाटलं नाही?

मी दार उघडलं. डोकीवर पाटी घेऊन ती उभी होती. मी दार उघडताच तिनं पाटी खाली घेतली. तवलीवरचं फडकं बाजूला केलं. मापं घातली. आता पाटी उचलायला हवी, मी काहीतरी बोलायचं म्हणून म्हणालो- "आज भल्या पहाटेचंच?"

तसं पाटी बाजूला करत, डोळ्याला पदर लावत, ती हमसाहमशी रडूच लागली. मी बावचळून गेलो. हातात दुधाचं भांडं तसंच धरून मी उभा राहिलो. वादळात बाभळ गदगदावी तशी ती एकदम बसल्या जागी गदगदली. हुंदके दे देऊन रडू लागली. मला काय बोलावं तेच सुचेना. एकाएकी काय झालं हिला? का आता येताना कोणी अंधारात धरलीबिरली का काय? तसं असतं तर ती माझ्यासमोर कशाला रडतीय म्हणा; तिच्या घरच्यांना सांगितलं असतं– माझा काय उपयोग? मी काय करणार? का कोणी घरचं जास्त आजारी... वारलंबिरलं तर नाही? काय झालं तरी काय?

मी विचारलं, "अंजाबाई, अहो झालं काय एकाएकी? रडू नका. काय झालं ते सांगा तरी..."

रडण्याचा आवेग कमी झाला होता. पदरानं डोळे पुसत पुसत कसं सांगावं, कुठून सुरुवात करावी अशा विचारातच ती अडखळत बोलू लागली- "वाईट जलम बाईचाऽ गुर्जी... त्यातल्या त्यात आमच्यासारख्यांचा...वाटतं, कुठली तरी हीरबारव जवळ करावी न्हायतर ह्या डोंगराच्या मुंगीघाटातनं खाली उडी टाकावी..."

"असं वैतागून जमतंय? धीर सोडू ने!" मी काहीतरी बोलायचं म्हणून बोललो. एकदम काहीतरी आठवल्यासारखं झालं. हिय्या करून म्हणालो, "अंजाबाई, तुम्ही दुसरं लग्न का करत नाही?"

"आम्ही मराठेऽ गुर्जी! आमच्यात तसली चाल न्हाई." मी फटकारल्यासारखा गप झालो. आता पुढं हेही दिवस जातील. सगळे दिवस सारखेच नसतात वगैरे म्हणण्यात काय अर्थ होता? सारा जन्म या उन्हात वैराण माळातच काढायचा होता बिचारीला! खरंच वाईट जन्म... अधूनमधून हुंदके देत तीच पुढं बोलू लागली- "लगीन झालं अन् सा म्हैन्यातच साप चावून गेलाऽ आन् माझ्या नशिबी ह्यो भोग लावलाऽ पांढऱ्या पायाची म्हणून सासरच्यानी लगीच घालीवली. पोटी एखादं पोर असतं तरी त्याच्या तोंडाकडे बघत जन्म काढला असता सासरी. पर आता... "

"आता हिथं कोणकोण आहेत?" मी विचारलं.

"मस सगळी हायेत. सगळा गाव मामाचा अन् एक न्हाई कामाचा... " नकळत मला हसू आलं. मी हसं दाबलं. ती रडतरडतच बोलत होती–

"आता दिवाळीत जाणार असल गुरुजी तुम्ही गावाकडं?"

"हो..."

"मला तुमच्या तिकडं काम बघाल गुर्जी? एवढ्या वनवाशी भैणीवर उपकार करा .."

मी चमकलो. हिचं काय दुःख.. ते तर निवारता येणं शक्यच नव्हतं. हिला आपल्या गावाकडं कसं नेणार? लोक काय म्हणतील? घरचे काय म्हणतील? इथली माणसं.. आपली नोकरी तरी राहील का? हिला काय झालंय? माहेरीच आहे की!

"आई-वडील?" मी विचारलं.

"बाप वारला... आय हाय. पर काय असून नसून सारखीच. म्हणती तूच पांढऱ्या पायाची. मी तरी काय करू?"

"बरं सांग..."

हुंदके कमी झाले होते. अधूनमधून उचकी लागल्यागत उसासे देत ती सांगू लागली- "ढोरावानी कामं करून घेतेत बगा, खायला सुदीक पोटभर न्हाई. सगळी रानातली कामं मी एकट्यानं वढायची. एक भाव हाय. भावजय घरातनं भाहीर निघत न्हाई. डोंगरातनं जळाणकाटूक मीच आणायचं. गुरंढोरं सांबाळायची. घरात नसलं काम तर रोजानं बी जायाचं."

"अस्सं?"

"तर काय? मधी पाझर तलावाचं काम निघालं तर पिटाळलं मला लगीच. हाताला फ्वाड आलं. डोईला पाट्या वाहून केसं जायची येळ आली. पर कुणाला माया का कुनाला काय?"

"अरेरे! निदान आईनं तरी..."

"तीच सुनेच्या आन् पोराच्या वंजळीनं पानी पितीया. बराबर हाय. तिला म्हातारपणी त्यांचाच आधार... कश्याचं काय न्हाई बगा. जीव रंजीस आलाया. पाझर तलावाच्या कामावर रोजानं पाठवताना न्हाई आठवत ह्यानला आपून मराठे हाय..."

"खरंच की..." मी काहीतरी बोलायचं म्हणून बोललो. खरं तर मी सुन्न झालो होतो.

"सगळी जिंदगी यांच्या संसारासाठी घालायची बगा गुर्जी! आजारी पडली तरी कुणाला कणव नाही. अवो कळ तिथं वेदना अन् दुख तिथं आवदाना. हिथं उलट राबणारा हात थंड झाला म्हणून उलट आदळ-आपटच! काम न्हाई गुर्जी, ही राबणं म्हणजी नाव ना उपकार बुळ्याचा इस्तार हाय बगा."

एरवी मी तिच्या या शेवटच्या वाक्यानं चमकलो असतो; पण आत्ताची गोष्ट वेगळी होती. ती उमाळ्यानं बोलत होती. गदगदून आलेलं मन मोकळं करीत होती. भावनेच्या भरात बोलत होती.

"मग आता?"

"आता काय कथा लावलीय?" ती सावरली होती. माझी ह्यातनं सुटायची धडपड हाय. कुठंबी कामच करायचं पर निदान जीवाला सुख तरी नकू? आपलं मिळवावं, टामटुमीत ऱ्हावाव. तुमच्या गावाकडं तुमच्या आईचा, वडिलाचा आधार मिळंल की वोऽ

आतापर्यंत चांगलंच फटाकलं होतं. माणसाची वर्दळ चालू झाली होती. तिनं पाटी उचलली. 'लई टैम झाला, बोंबलत्याल पुन्हा. आजून दोन-तीन रतीब वाढून जायाचं हाय' म्हणत ती निघून गेली.

निघून गेली; माझ्या मनात प्रचंड घोंघावणारं वादळ निर्माण करून गेली. माझ्या डोळ्यांसमोर तिचं गोंदलेलं पांढरंफटक कपाळ, ते करुण डोळे उभे राहू लागले. कष्टानं नावनाव वाळत चाललेली काया उभी राहू लागली. कथेला चांगला विषय होता खरा; पण त्यापेक्षा हिची सुटका कशी करता येईल, तेही सहजपणे- याच विचारात मी गढून गेलो. एकदा वाटलं, तिच्या घरी जावं, भावाला - आईला समजावून सांगावं; कसल्या जुन्या रूढी पोटाशी बांधून बसलाय? तिचं वय झालेलं नाही... करून द्या सरळ दुसरं लग्न... शरीराची भूक अनिवार, या ह्याच्यात तिचं वाकडं पाऊल पडलं अन् नाही ते होऊन बसलं तर मग ते केवढ्याला पडेल? पण

ऐकतील का.. तसं मी जरा पंचेचाळीस-पन्नाशीचा असतो तर बरं झालं असतं. वयाचा एक परिणाम असतो. शिवाय ती डोंगरकपारीतील माणसं. उगाच अपमान अन् शिव्या खाऊन माघारी यावं लागायचं. नकोच ते...

गावाकडं नेणं शक्यच नव्हतं. कोण असला विस्तू घरात, घराजवळ ठेवणार? बरं गावं काय इथूनतिथून सारखीच. उलट बिनआधाराची चांगली रांडमुंड बाई आपल्या गावात आलीय म्हणल्यावर... माझ्यासमोर माझ्या गावातले टगे उभे राहिले. त्यांनी घातलेले गोंधळ उभे राहिले अन् व्यंकटेश माडगुळकरांची फक्कड गोष्ट आठवली. त्या गोष्टीतली बाई वाण्याला विचारते, या गावात सोदे हायेत म्हणून त्या गावाला नेतो; त्या गावात सोदे न्हाईत? असलं काय तरी होऊन बसायचं? आगीतून उठून फुफाट्यात टाकल्यागत...

मी विचार करीत होतो. एकदा वाटलं, विद्याबाईंना लिहावं; ही कहाणी कळवावी. पुणं मोठं शहर आहे. काम मिळायला अवघड नाही आणि कोणी तसं कुणाची फालतू चौकशीही करत नाही. त्यांच्या ओळखीनं एखाद्या सेवाभावी संस्थेत हिला काम लागलं तर ती तिच्या पायावर उभी राहील... पुढचं-पुढं!... समज आली, आर्थिक स्थैर्य आलं.. समाजात वावरायचा पोच आला अन् तिचं तिनं कुठं जुळवलं तर बरंच झालं....

अशा विचाराच्या वावटळीत होतो. लिहायला घेतलेली कथा अर्धवटच पडली होती. हिनं सगळं मनच सैरभैर करून सोडलं होतं.

रविवार होता. शाळेला सुट्टी होती. जेवण उरकून निवांत पडलो होतो. सुट्टी जवळ आली होती. डोक्यात गावाकडचे, घरचे तसेच अंजीचेही विचार होते. त्या पोरीकडं पाहिलं की, त्या दिवशीचं तिचं ते गदगदून रडणं अन् सांगणं आठवायचं. ते मनात खोल रुतून बसलं होतं. अशा विचाराच्या गुंगीतच डुलका लागला असावा. दार उघडंच होतं.

"मास्तऽर अवो मास्तऽर!" अशी हाक ऐकू आली. दारात सावली दिसली. मी पटदिशी उठून बसलो. बायकी हाक होती. कोण आलं बुवा या वेळेला म्हणत मी टॉवेलनं घाम पुसून उठलो.. "या या, हाय की..." म्हणालो. तशी निऱ्याचा घोळ हातात धरत एक पन्नाशीची बाई आत आली. पंचेचाळीशीचीही असेल. नाकात नथ होती, जबडा मोठा होता; पण ठेवण अंजीच्या चेहऱ्यासारखीच! नाक मात्र फुगीर अन् शेंड्याकडं फताडं होत गेलेलं. दात दातवणानं काळे झालेले. अंजीची आईच असावी असं मनाला वाटलं.

बाई आत आली. निऱ्याचा घोळ दोन पायाच्या मधी मागं टाकत ऐसपैस बसली. शोधक नजरेनं खोली न्याहाळली. कमरेची पिशवी काढून त्यातली तपकिरीची डबी काढली. चिमूटभर तपकीर नाकात कोंबत म्हणाली, "अंजीची आय मी. दुधाचं

पैसं लागत हुतं तवा म्हणलं देताय का...''

''असं अधीमधीच.. ? आता दिवाळीचा पगार होईल. सुटीला गावाला जायच्या अगोदर देतोच की अंजाबाईजवळ.''

''वाईच नड होती मास्तर... बघा तुम्हाला काय... एकटा जीव सदाशिव. एवढा पगार समदा काय उडतुय व्हय?''

''अवो एकटा कसा, घरी सगळी आहेत. एक बायको नसली तरी बाकीची झेंगटं असतेतच. घरी पैसे पाठवावे लागतात.''

''असू द्या. तसं न्हाई नका म्हणू... विसेक रुपये तरी द्या....''

मी खांडाकडं बघत राहिलो. आधीच्या गुरुजींनी खडूनं बरेच सुविचार लिहून ठेवले होते. ते परत परत वाचू लागलो. बराच वेळ कोणीच काही बोललं नाही. मग तीच तपकिरीच्या डबीवर बोट आपटत म्हणाली–

''मंग मास्तर! नका घोटाळा करूऽ लईच नड हाय बगा.''

''मग आता काय, तुम्ही एवढं आखिरीला आल्यावर द्यायलाच पायजे..'' मी उठत म्हणालो.

''तसं न्हाय.. अक्तिंदी दुधु वाढतूय, कधी तरास दिलाय का?'' ती नथ बाजूला करत म्हणाली.

मी पेटीचं कुलूप काढून पैसे काढले. मनात विचार आला, अंजीविषयी बोलावं का? काय प्रतिक्रिया होईल? का जास्तच त्रास सुरू होईल? आपल्या बोलण्याचा विपर्यास तर होणार नाही? ह्या जुन्या बायका...

मी पैसे दिले. आता ती उठणार असं वाटलं. मनाचा हिय्या करून विचारावं, तेवढ्यात तिनंच नोटा पिशवीत ठेवल्या आणि पिशवी कमरेला खोचली अन् एकदम म्हणाली- ''मास्तरा! तू माझ्या लेकरासारखा. या अंजीनं माझ्या मागं घोर लावलाय बघ.. '' ती एकदम आपुलकीच्या भावनेनं एकेरीवर आली होती. हिलाही मला काहीतरी सांगायचं होतं. म्हटलं चला बरं झालं, हिनं होऊनच विषय काढला. आता बोलण्याच्या ओघात काहीतरी चार गोष्टी सांगता येतील. शेवटी एका बाईचं आन् आईचं काळीज आहे. हिची परवानगी मिळाली म्हणजे पुढचं काम फारच सोपं... भाऊ काय, परस्पर पीडा टळली तर बरीच म्हणणार...

मी विचारलं, ''ते कसं काय? उलट तिचंच दुःख आभाळाएवढं आहे...''

''आभाळाएवढं?' ती कुत्सितपणे हसली, ''मास्तरा, ती माझी लेक हाय. आता तुला एवढ्या चार-दोन महिन्यांत दूध वाढाय येती त्याच्यावरनं जाऊ नगस...''

''म्हणजे?...मला तर काय वावगं कधी दिसलं न्हाई मावशी!'' मी पण नकळत मावशी म्हणून गेलो होतो.

''खालमुंडी अन् पाताळधुंडी. आरं बाबा, तिनं आम्हाला वाडीत तोंड काढायची

पंचात करून ठिवलियाऽ''

"ती तर म्हणत होती..." हे वाक्य माझ्या ओठावर आलं होतं; पण मी ते प्रयासानं मागं परतवलं. म्हटलं नको. तिनं काही सांगितलंय, बोलतीय, बसतीय म्हटल्यावर म्हातारी मोकळेपणानं सांगणारच नाही.

मी नुसताच तिच्या तोंडाकडं पाहत राहिलो. तिनं दारातनं बाहेर बघितलं. पुन्हा आत पाहात म्हणाली, "आरं बाबा, लगीन झालं अन् सा म्हैन्यात जावाय साप चावून गेला. पांढऱ्या पायाची म्हणून घरी आणून सोडली त्या माणसानी आं.. आता आम्हाला काय टाकून देता येतीय व्हय?... तिचा भाऊ मस चांगला हाय. म्हणतू भन नाय भाऊ म्हणून सांभाळीन... ''

मी मनात म्हणालो, न सांभाळायला काय झालं? जित्राबासारखं पोटावारी राबवून घ्यायला मिळतंय.

'हूं' मी नुसताच हुंकार दिला. ती पुढं सरकत म्हणाली, "आता लेकरा, मला काय तिचं दुःख कळत न्हाय? का मी बाई न्हाई.. ?"

मी आपला ऐकत राहिलो. तिनं परत पिशवी काढली. टकटक करून टोपण काढून तपकीर चिमटीत घेतली. सांगावं की नको अशी तिच्या मनाची उलघाल होत असावी हे ताडलं. तिनं मग तपकिरीचा बार भरला. पदरानं नाक पुसल्यागत केलं अन् सांगू लागली,

"आता आमच्यात म्होतूर लावत न्हाईत, पाट लावत न्हाईत, त्याला माझा काय विलाज हाय का बाबा? तूच सांग..."

"बरं मग ती काय म्हणते... माझं लगीन लावून द्या म्हणून?" मी विचारलं.

"आरं तसं विचारलं असतं तरी बरं झालं असतं. काय तरी बोलता आलं असतं... मन मोकळं झालं असतं; पण हिनं तर बाबा ताळच सोडलाय. जानी सुटल्यागत काम झालंय बघ... अवघड जागी दुखणं अन् जावाय पाव्हणा डाक्तर.. काय काम करतीय का काय?"

हे म्हणजे एकदम अंजीच्या सांगण्याच्या विरुद्ध टोक होतं. तिनं तर हमसूनहमसून कष्टाची कहाणी सांगितली होती.

"बाबा, तू माझ्या लेकरासारखा! मी म्हणती खावावं. मांडीआड खावावं. आता तू म्हणशील ही म्हातारी निसुकागत कशी बोलतीय; पण मास्तरा! अब्रूचं खोबरं करून वाटलं म्हंजी काय मोठी शांतता होतीय? आरं, ल्योक माझा चांगलाच, न्हाईतर मागंच खांडोळी केली असती. जात न्हाई, माणूस न्हाई बगायचं. आतातर एक काळाबिंद्रा मांगच-" म्हातारीला पुढं बोलवेना...

माझं डोकंच सैरभर होऊन गेलं. काय खरं अन् काय खोटं हेच समजेना...

मी म्हणालो- "आता तुम्हीच तिला पाझर तलावावर पाठवताय बैत्याच्या बायासारखं,

मग काय?.. अगोदर विस्तवाजवळ लोणी न्यायचं...'' माझीही भीड चेपली होती.

तसं ती म्हणाली- ''आरं बाबा, कुठली कामाला अन् काय? कोंगाडी हाय ती... दूधू वाढायला सुदीक हट्टहट्ट येतीया. कशीबी फाडफाड बोलतीय. माझा तर बाबा जीव रंजीस आलाय. बाकी काय बी असावं, पर आपल्या अब्रूचं धिंडवडं निघायचं म्हटल्यावर कसं रे बरं वाटंल? ल्योक माझा जिवाला खाऊन घ्यायला लागलाय. तोंड दाबून बुक्क्याचा मार सोसतूय त्यो–''

मला काय बोलावं तेच सुचेना. म्हातारी खोटं बोलत होती हे पटेना. स्वतःच्या मुलीविषयीच कोणती आई असं माझ्यासारख्या तिऱ्हाइताला सांगेल? जे सांगत होती ते आतून उचंबळून आल्यासारखीच; फक्त अनुभवानं-वयानं ती वाहवली नव्हती. सरळ सांगत होती; पण मग त्या दिवशी अंजीनं सकाळी सकाळी जे भडभडून मन मोकळं केलं ते काय? खोटं? नाटक?

एवढं गदगदून हमसाहमशी रडत तिनं सांगितलं ते सगळं बनवून? माझी सहानुभूती मिळवण्यासाठी? की मलाही जाळ्यात ओढण्यासाठी? मी शहारलो. मी नुसताच म्हातारीकडे, तिच्या दातवनानं काळ्या झालेल्या दातांकडे, नाकातल्या डुलणाऱ्या नथीकडे वेड्यासारखा पाहत राहिलो.

''बाबा, जाती मी. तू तरी काय सांगणार? ज्याचा भोग त्यानंच भोगला पायजे.. वाईट बाईचा जल्म...''

ती हळूहळू गेली.

अंजीही नेमकं हेच म्हणाली होती.

खरं कोणाचं होतं? तिचं की तिच्या आईचं? एवढं गदगदून रडणं कसं काय जमलं तिला? डोक्यात विचारांची वादळं झाली. काहीच समजेनासं झालं.

दिवाळीची सुट्टी लागली. गावाकडं जायची तयारी केली. सकाळी परत अंजीनं आठवण केली- ''गुर्जी, ह्या वनवाशी भैणीचं इसरू नका बरं का! सोडवा ह्या जाचातनं...''

माझी अन् तिच्या आईची काही बोलणी झाली असतील हे अंजीला माहीत असण्याचं कारण नव्हतं, म्हणूनच ती परत परत बजावत होती. एकदा वाटलं, हडसून खडसून विचारावं, 'अंजे, आई असं असं म्हणत होती ते खरं की खोटं?' पण मनात म्हटलं, आपला काय अधिकार? अन् जरी विचारलं तरी जर ती एवढी निर्ढावलेली असेल तर दुसरं काहीतरी बनवून सांगेल.

कुणाचं खरं अन् कुणाचं खोटं हेच समजेना मला. राहून राहून आश्चर्य वाटतं, ते अंजीच्या हमसूनहमसून रडण्याचं...

हा गुंता मी कसा सोडवणार होतो?

◆

अपराधी

दिवाळी आली की, सगळ्यांना उधाण चढतं. तावशीला दिलेली बकुळा येती. लांबवर घाटावर, पुसेगावला दिलेली सुनंदाही येती. सगळ्या दिवाळीकरता माहेराला येतात. कापसाचे पैसे आलेले असतात. झालंच तर हैब्रीड म्हणा, बाजरी म्हणा असं कायतर घरात येऊन पडलेलं असतं. सगळी आनंदात असतात. अलीकडं लाइट आल्यामुळं एवढ्या मोठ्या वाड्यावर रोषणाईसुद्धा केली जाते. रानात राबणारी आपली मोठी मुलंसुद्धा पोर होऊन फटाकड्या उडवतात. आकाशदिवा, अंगणात घातलेल्या गौळणी, पायलीनं केलेले लाडू, कानवले, काटी-कडबोळी, धपाटी, धपाट्याचे, शेवेचे लाडू, चिवचिवणारी पोरठोरं, नव्या कापडांत भुरुभुरू हिंडणारी, सळसळत्या साड्यातून आत-बाहेर करणाऱ्या, माहेराला आलेल्या आपल्या दोन लेकी– बकुळा, सुनंदा!.. गोकुळागत घर भरून जातं; पण या कशात पारुबाईंचं चित्त लागत नाही. सवयीनं सगळं काम चालू असतं. पहाटं उठणं, पाणी तापवणं, कानवलं तळणं, पोळ्या करणं, च्यापाणी बघणं, उरका-आवरा म्हणणं... पण त्यांचं मन स्थिर नसतं. मनाची काहिली होते. गजराच्या आठवणीनं मन आक्रंदून उठतं. गजराची आठवण बेचैन करून सोडते. कशात म्हणता कशात मन लागत नाही. सारेजण तिला विसरून आनंदात मग्न आहेत हे बघून जास्तच उदासवाणं होतं. सगळ्यांचं बरोबर आहे. किती दिवस दुःख करायचं? काळानं आपली जखम भरून काढलीय. गजराच्या बहिणींना तर आठवतच नाही आपली बहीण! ओवाळायला बहिणी असल्यानं भावांनाही जाणवत नाही. त्यांचे वडील तर काय डोंगरासारखे. त्यांच्या पोटात काय दडलंय ते भल्याभल्यांना माहीत नसायचं. इतकी वर्षं संसार केला; पण पारुबाईंना त्यांचा अंत लागला नव्हता. बोलणं कमी... नेहमी गंभीर चेहरा... उग्र छपरी मिशा... काळानं सगळ्यांच्या मनावरची जखम भरून काढली असली तरी दिवाळी आली की, पारुबाईच्या जखमेवरची खपली निघे. आठवणी भळभळ वाहू लागत.

गजरा त्यांची थोरली मुलगी! उंचीपुरी, नाकशार, हाडीमासी नीट भरलेली, हळदीगत गोरेपण, टपोऱ्या जांभळागत डोळे... पहिली बेटी म्हणून त्यांना जास्तच कौतुक. गंभीर असणारे पाटीलसुद्धा गजरा लहानपणी मांडीवर बसली की, हसायचे, तिचे गालगुच्चे घ्यायचे. तीसुद्धा इवल्या हातांनी त्यांच्या मिशा ओढायची... मोठी झाली तरी त्यांची लाडकी...

गजरा उपवर झाली अन् पाटलानी जागा पाहणे सुरू केले. मनाजोगते ठिकाण सापडले. घरी मोठा बारदाना, तितकीच गडीमाणसे. दोन-चार विहिरी, बक्कळ पाणी, पेरु-लिंबाच्या बागा, उसाचे फड; काही कमतरता नव्हती. त्यांनीच गजराला पास करणे बाकी होते. सगळ्यांना जागा पसंत होती. सोयरिक चांगली होती. पाव्हणा तसा वरचढच होता. मोडले तर हुंड्यातच मोडेल असे वाटत होते. दोन्हीकडची माणसं एकमेकाकडं जाऊन आली. मग एके दिवशी वाड्यापाशी जीप थांबली. पटके झाडत, धुराळा झटकत पावणेमंडळी खाली उतरली. ढेलजत गाद्या, घोंगड्या टाकल्या गेल्या. पाण्याचे तांबे समोर आले. चहा झाला. बैठकीत पानाचे ताट फिरले गेले. जरा वेळ इकडतिकडच्या गप्पा झाल्या, पावसा-पाण्याच्या, पिका-ढोरांच्या, राजकारणाच्या! मग त्यातल्याच एका म्हाताऱ्याने पाटलांना सांगितले, 'आता उशीर कशाला आणखी? बोलवा भावकीतली चार मंडळी. काय आसंल दोन गोष्टी त्या बोलाव्यात चाटशिरी आन टाका फोडून सुपारी, म्हंजी म्होरल्या यापनाला लागाय तुम्हाला बी बर, आन आमाला बी...'

सोपाना उठला. भावकीतली चार मंडळी गोळा झाली. होय नाही करीत धा हजार हुंडा, दोन पोषाख, एक अंगठी अन् लगीन नवरदेवाकडं असं ठरलं. सुपारी फुटली. पुरण शिजत टाकलं गेलं. केवढ्या उमेदीनं आपण पोळ्या लाटल्या. पंधरा वर्षं झाली बघता बघता. त्या काळात धा हजार रुपये रोख हुंडा मोजला टिळ्यादिवशी! रक्कम ऐकूनच हबकून गेल्या होत्या पारुबाई; पण पाटलांनी धडा केला. कर्ज डोक्यावर घेतलं. पहिलंच कार्य, पहिलीच पोरगी... चांगल्या घरी पडावी, सुखात नांदावी...

प्रत्येकजण पोरीनं नशीब काढलं म्हणत होता. आयाबाया गजराचं अन् पारुबाईचं कौतुक करीत होत्या. त्यांना त्यावेळची धांदल आठवली. शेवया, बोटवं, रुखवताची भांडी, बस्ता, एक ना दोन... नव्या नवलाईनं मोहरून जाणारी गजरा... हिरव्या चुड्यात मेंदीनं रंगलेली गजरा... नावाप्रमाण टवटवीत दिसणारी गजरा... तिची अनेक रूपं त्यांच्या मनापुढं उभी राहिली.

मोठ्या धूमधडाक्यात लगीन झालं. नवरदेवाच्या घरी लग्न. इथनंच चाळीस गाड्या वऱ्हाड गेलतं. तिथला सगळा गाव जेवायला होता. पत्रावळ्या मांडून, वाढून अन् उचलून एकेकाची पेकाटं मोडली. वरातीला नाचणारी घोडी, दोन बँड, सोंगं,

लेझमी, दारूकाम- नुसता थाट उडवून दिला पाव्हण्यांनी अन् आपलं हुरदं भरून आलं. लाडकी लेक चांगल्या ठिकाणी पडली.

पुढचे दिवस तसेच गडबडीत गेले. सोळाव्याला जाणं, माघारी येणं, पुन्हा सासरी जाणं, बरोबर भुती देणं, एक ना दोन... नांदायला जाताना गजरा पारुबाईच्या गळ्यात पडून रडली. पुन्हा आखाडात माघारी आली तर पोरगी खंगली होती. हळदीनं, कळसाचं पाणी पडल्यावर पोरीच्या अंगावर तेज येतंय, टवटवी येतीय, ती न्हायली बाजूला; पण उलट गजरा खंगली होती. डोळ्यांभोवती काळी वर्तुळं दिसू लागली होती. बिचारीची काळजी वाटाय लागली. सासरी जाच असावा. खोदून खोदून विचारलं तरी नीट सांगंना. इथं हसत खेळत न्हायली; पण त्यात दम नव्हता. उसनं अवसान आणल्यागत! आपल्या ते लक्षात आलं. बाहेरून थोडी थोडी कुणकुण लागली होतीच. घर बडे होते. बागायतदार होते, कशाला काही कमी नव्हते खरे; पण शिरीमंताच्या घरचे अवगुणही होते. जावईबापूला दारूचं व्यसन होतं. दारूनं शरीर पोखरलं होतं. संसारात लक्ष नव्हतं, शेतीत नव्हतं. चार दोस्त जमवायचे, दारू प्यायची, गावात टवाळकी करायची, रात्री-अपरात्री वाड्यावर यायचे, धड जेवायचे नाही, विनाकारण बायकोवर राग काढायचा. ताट म्हणा, पितळी म्हणा, तांब्या म्हणा; दिसेल ते फेकून मारायचे. जेवत्या ताटावरच वकायचं. एक ना दोन! दारूड्यांच्या जेवढ्या तऱ्हा होत्या, त्या सर्व इमानेइतबारे जावई करत होता. संसाराचा जमेल तेवढा विचका करत होता. त्याला कशाचीच फिकीर नव्हती. बापाने आवर घालावा तर बापही तसलाच! रोज नाही; पण आठ-पंधरा दिवसांतून तोसुद्धा तांब्याकशी पीत असे अन् गजराच्या सासूबाईला अजून ठोकून काढत असे. त्या दिवशी वाड्याला निराळेच रूप येई. दोघींची रडारड वाडा गप मुकाट्याने ऐकत राही. हे सगळे उडत उडत पारुबाईंना बाहेरून कळले होते. गजरा काहीच बोलली नव्हती. काळजातले दुःख तिने आईसमोर उघडे करून दाखवले नव्हते. घराच्या अब्रूसाठी, शिकवणुकीनं ती गप्प होती, हसण्यावारी नेत होती अन् पारुबाई जास्तच काळजीत पडत चालल्या होत्या.

आषाढ संपला. श्रावणातल्या सरी बरसू लागल्या. चोहीकडे हिरवेगार झाले. मधूनच ऊन पडे, मधूनच सर येऊन जाई. पंचीम झाली. झोक्यावरची गाणी झाली. नागोबाला दूध-लाह्याचा निवद दाखवून झाला. रात्रीची उशिरापर्यंत रंगणारी गाणी बंद झाली. अन् एके दिवशी वाड्यापुढं फटफटी वाजली. गजराच्या सासरची– फोंडशिरसची– फटफटी! मुराळी आला होता तिला न्यायला. वाड्यातनंच तिनं बघितलं अन् आत पळाली. कोकरू भिऊन थरथर कापतं तसं ती पारुबाईंना जाऊन बिलगली. थरथर कापू लागली. तिची थरथर त्यांना स्पष्ट जाणवली. त्या काळजीनं म्हणाल्या, "का गं, का घाबरलीस?"

"फटफटीचा आवाज ऐकला न्हाईस आये?"
"आयकला की, आसंल कोणतरी..."
"कोणतरी न्हाय आये, मुराळी आलाय... फोंडशिरसावर्न..."
"आता गं बया! आता आपली कायच तयारी न्हाय..."
"त्यो कशाला लगीच न्हेतूय खरं... पर सांगावा देनार, धाडा म्हननार..."
"पान्याचा तांब्या निऊन ठीव ढेलजंत. 'त्ये'नी हायत नव्हं तिथं?"
"तात्या हायेत की. पर मी न्हाई जायाची."
"अगं जाकीऽ धाकला दीरच असंल ना! का दुसरा कोन आलाया?"
ती न बोलता मुकाट्यानं पाण्याचा तांब्या घेऊन गेली. चहा नेऊन दिला, श्रावण होता म्हणताना पुराण टाकलं! पोळ्या झाल्या, जेवणं उरकली. लौकर लावून द्या म्हणत तो फटफटी टर्ररर्रऽ वाजवत निघून गेला. अन् मग बांध फुटावा तशी गजरा आईच्या गळी पडली. धाय मोकलून रडू लागली.
"आयेऽ माझी काय धडगत न्हाय तिथं! मान्स हायीत का राकीस?"
"असं कसं म्हणतीस पोरी? टिकाव काढला पायजे. दूम धरून ऱ्हायलं पायजे. नवीन हायेस... लागंल सुराला गाडी. एखादं पोरबाळ झालं की, चट वटणीवर येतेत. तोपातूर कळ काढाय पायजे..." पारुबाईंनी समजूत घातली.
"आये, मला इस्वास न्हाय. प्वार होस्तवर तुझी गजरी टिकतीय का न्हाय कुणाल ठावं?" ती हमसाहमशी रडत म्हणाली.
तिच्या तोंडावर हात ठेवत त्या म्हणाल्या, "आसं वाईटवकटं बोलूने. कट काढावा लागतू, बायांचा जल्म वंगाळ... घरी तरी राहून कसं भागंल पोरी? मन घट कराय पायजे... सांगू आपून पाव्हण्यास्नी?.."
"कश्याचं सांगतीस, तात्यांनी एवढा मोठा हुंडा दिला पर त्याची त्यानला काय खिजगणतीबी न्हाई. जुनी म्हण काय खोटी न्हाई आये, मोठ्या घरी लेक देऊन भेटीची अडचण... त्यांना काय आपलं कवतीक? आपल्याच धुंदीत.. नवरा म्हणवणारा रोज मूत पिऊन येतूय आयेऽ मी दावेदारीन असल्यागत गुरावानी बडवतूयऽ सोसंना मार." तोंडात पदराचा बोळा खुपसून रडू आवरत गजरा म्हणाली अन् आईचं काळीज गदगदून आलं. फुलासारखी जपलेली गजरा एकटी कसा त्रास सहन करत असंल सासरी... बिचारी...
"आये, खरंच पाठवू नकू... मला नकू त्यो सौंसार आन पोरंबाळं, विस्टेट, काडी लाव त्याला. तुझ्या यशवंतगत मलाबी मुलगा मान... मी आपली कष्ट करून राहीन..."
"अगंऽ असं कसं म्हनतीयास? चुलीचं लाकूड चुलीतच जळाया पायजेल! जग काय म्हणंल? तरणीताठी पोरगी घरात म्हंजी इस्तू असतू बाई..." पारुबाई

समजूत काढू लागल्या.

"मी इस्तू वाटाय लागले व्हय आये?" तिनं निरागसपणे विचारलं अन् तिच्या कोवळ्या भाबडेपणानं पारुबाईला अधिकच भडभडून आलं. लेकीला कसं समजून सांगावं ह्या पेचात त्या पडल्या. "आगंऽ आम्ही हाय तवर एक ठीक, पर आमच्या माघारी कशाचं भाव अन् भावजयाऽ हितंबी तुझं हाल कुत्रं खायचं न्हाई. कशाला इनाकारण भरल्या ताटाला लाथ देतीस माझे बाळे..."

"म्हंजी आय तू बी माया पातळ केलीस म्हण की, एवढं सांगून सवरून तू त्या खाटकाच्या घरी मला जाच म्हणतीस... आता काय आधारच तुटला... आये, अगं असं करू नगंस... कायतरी समजी घाल तात्यांची; पर मला परत त्या खाईत लोटू नगंस..."

तेवढ्यात तात्या आत आले. त्यांनी शेवटचं बोलणं ऐकलं होतं. "काय चाललंय गजरे?" त्यांनी विचारलं. ती बिचारी गप्प सरकून उभी राहिली. तरी हुंदके येतचं होते. दबकतच पारुबाई बोलल्या, "पोर भितीया. सासरी जाच हाय म्हणं. तुम्हीच एकदा सांगून या म्हणते मी..."

"असायचाच एवढातेवढा जाच! त्यात काय सांगायचं?"

"तसा असुंद्या की वो! पर जावयबापू दररोजच पिऊन येतेत, कश्यानंबी मारतेत. पोरीचा काय गुन्ह्या तो तर कळू द्या म्हणावं. एखांद्या टायंबाला जिव्हारी लागलंबिगलं तर... " पारुबाईचा आवाज घोगरा झाला.

"बास बास... असं काय कसाबं लागून गेली न्हायती ती. आन् दारू कोन पीत न्हाय आजकाल! आता आम्ही शपथच खाल्लीय न्हाय तर... त्येंच्या इभ्रतीला ते बरं दिसतंय... त्येला काय विलाज न्हाय. आन् मी काय सांगाय जावू, पाव्हनं दारू पिऊ नका म्हणून? अशीऽती ऐकनारी हायेत व्हय? आता जावयबापूला सांगू म्हन दिवाळसणाला आलं म्हंजी बेताबेतानं... पर अजून नव्यात नव. आपून शिकवाय जावं आन् बिथारली म्हंजी झालं का हिच्या नांदण्याचं चान्न? पै-पाव्हणं काय म्हणत्याल?"

तात्यापुढं बोलणंच खुंटलं. गजरानं ओळखलं तात्यांना स्वतःची अब्रू महत्त्वाची वाटतीय, पै-पाव्हणं काय म्हणतील याची काळजी वाटतीय. आपल्यावर एवढी माया करणारे, लाड करणारे तात्या इतके कठीण कसे झाले?

"आन हे बघाऽ एक डाव पोरीचं लगीन करून दिलं की झालं! आपला संबंध तेव्हढाच भेटायपुरता! ज्या दिवशी दिली त्या दिवशी आपल्याला मेली..."

"हे काय बोलणं? असं म्हणून भागतंय? माझ्या पोटचा गोळा हाय त्यो! तीळतीळ तुटतंय आतडं तिचं हाल बघून. एवढा खर्च केला; साधं पोरीला सुख नसूने?" पारुबाई बोलल्या.

"मन घट करावं लागतंय...तिची तयारी करा. बुती तयार करा. नात्यापुत्याहून पाताळ काय काय घेऊन येतू मी..."

गजराच्या काळजानं ठाव सोडला.

गाडीत बसाय निघाली तरी आईपास्नं हटत नव्हती; हमसाहमशी रडून डोळे मुटक्याएवढे सुजून घेतले होते. तट्ट्याच्या गाडीत बसाय निघाली तशी उरापोटी कवटाळत पारुबाई म्हणाल्या, "घाबरू नकू. काळजावर धोंडा ठीव आन् दिवस काढ. आता काय दिवाळी लांब न्हाय. येश्वंता यिलंच तुला आनायला. जावयबापू येत्यालंच दिवाळसनाला, त्या टायंबाला सांगू समजून त्यास्नी...बरं का गं." तर मुसमुसत आईशी बोलल्यागत, गजरा स्वतःशीच पुटपुटली होती, "कुनाल ठाव दिवाळी आन् फिवाळी– तात्या म्हणलं ना एक डाव दिली ती मेली..."

अलाबला घेत पारुबाई म्हणाल्या होत्या, "तीच ती गाणं लावूने गजरा... तसलं काय मनात आणू नगंस. बिनघोर जा. सगळ्यांचं नीट कर. दिवाळीला ये, तुला मोरपंखी पाताळ आणीन, जावयाला घड्याळ– हूं? आता हास बगु! शाणी माझी बाय ती!" तिची हनुवटी वर उचलत त्या म्हणाल्या अन् स्वतःच रडू लागल्या होत्या. माय-लेकीचा कालवा बघून तात्या पाटील कावले; तशी पटकन ती गाडीत चढून बसली होती. गाडी नजरेआड होस्तवर मागं वळूनवळून पाहत होती. आपल्याला, वाड्याला, गावाला डोळ्यांत साठवून घेत होती. ती गेली अन् वाडा खायला उठला, उदास वाटू लागलं, उभं वारं सुटल्यागत झालं. जेवताना घास तोंडात फिरू लागला.

दसरा गेला; दिवाळी तोंडावर आली. सोजी काढणं, हरबारे भरडणं, दळणं, कडबोळ्याच्या भाजण्या... नुसता कामाचा दणका उडाला. रात्री उशिरापर्यंत पारुबाई जागू लागल्या.

असं बऱ्याच उशिरापर्यंत जागून त्या पडल्या. झोप नीट लागली नाही. लागली तर चित्रविचित्र स्वप्नं पडली. अर्थ न कळणारी... मध्येच गजरा आली. स्वप्नात... तिचं डोकं रक्तानं भरलं होतं, पातळ जागोजाग फाटलं होतं. चिंध्या झाल्या होत्या. ती हेलपाटत आली अन् पालथी पडली. धुळीत... 'आये, तुमच्या घराला बट्टा लागंल असं काय बी केलं न्हाय...' असं कायतरी पुटपुटली. त्या तिला उठवायलाच धावल्या अन् ठेचकाळून पडल्या. किंचाळल्या. झोपेतून जाग्या झाल्या तर सारं अंग घामानं ओलचिंब झालं होतं. नुकत्याच पडलेल्या स्वप्नाचा अंमल होता. बाहेर कुठंकुठं पाखरांची किलबिल ऐकू येत होती. तांबडं फुटलं होतं. पहाटेचं स्वप्न! त्यांचं मन पोरीच्या काळजीनं सैरभैर झालं. उदासवाणं झालं.

नेहमीच्या सरावानं त्या उठल्या, कामाला लागल्या. झाडलोट झाली. धारापाणी झालं. सकाळचा चहा झाला. उन्हं वसरीवर आली. गडी-माणसांची वर्दळ चालू झाली. सगळे कामात गुंतले; पण त्यांचं मन सैरभैर झालं. कशातच लागेना. अजून

दिवाळी तशी लांब होती. त्यांना सांगून, येश्वंताला लावा गजराला घेऊन या म्हणायचं धाडस होईना. ती जाताना आपण खळखळ केली तर कसलं चिडलं होतं पाटील या विचारानं दबकल्या. पहाटेच्या स्वप्नामुळं तर कसंनुसं झालं होतं, हुरहूर वाटत होती. असंच पाखरासारखं उडून जावं, तिच्या वाड्याच्या माळवदावर जाऊन बसावं आन् तिला न्याहाळून यावं, असं त्यांना वाटत होतं.

...वाड्याच्या दरवाजात महार उभा राहिला अन् त्यांच्या काळजानं ठाव सोडला. लटपटत्या पावलानं पाटलांनी ती बातमी ऐकली अन् ते तसेच थरथरत आत सांगायला आले तर पारुबाई अगोदरच बेशुद्ध पडलेल्या... रातची भांडी घासताना मोरीत साप चावला अन् तुमची गजरा मेली असा निरोप... त्यांनी तो अगोदरच ऐकला... अन् बेशुद्ध पडल्या होत्या.

... पाहुण्यांनी काहीच ठेवलं नव्हतं जाईस्तवर! माती दिली होती. सगळंच आक्रीत वाटत होतं. निरुप पाठवला तर वाट बघायची का न्हाय? शेवटची बघून तरी घेतली असती; पण काही बोलण्यासारखं नव्हतंच... नंतर पुन्हा थोडंथोडं बाहेर आलं, बाहेरून बाहेरून कळालं; पण त्याचा काय उपयोग होता?... नेहमीप्रमाणे जावयपाहुणा चिक्कार पिऊन आला होता... मारायला कोण सापडणार दुसरं? लाथा-बुक्क्यांनी मारली, तोंडात बोळा कोंबून चेचून काढली, वरडाय येत हुतं तोवर वरडत हुती. वाडा गावात, शेजारपाजारची बघतेतच ना! पण नवरा-बायकोचं भांडान, कोण जाणार मधी सोडवायला? ह्येला भांडान म्हनायचं? माझी पोर गरीब गाय. वाळव्या पाचोळ्यावर पाय द्यायची न्हाई... शेवटी बिचारी केव्हा गप्प झाली अन् जीव सोडला ते कुनालाच कळलं न्हाय... कळलं तसं मध्यानरातीलाच जाळून झालं मोकळं... बडं घर! कोन बोलणार, कोन साक्ष देणार...जायची ती आपली पोरगी गेली, आपल्या हातानं आगीत लोटली... आज पंधरा का वीस वर्षं होऊन गेली; पण गजराची आठवण पिच्छा सोडत नाही... जायचं न्हाई म्हणणारी गजरा, नकू मला त्या कसाबाच्या घरी पाठवू म्हणणारी गजरा... दीनवाणं हंबरणाऱ्या गायीगत वळूनवळून बघणारी गजरा... तरी मला मेलीला तिची माया आली न्हाई. वडलांसारखीच मीबी माया पातळ केली आन् तिला ढकलली. उघड्या हिरीत ढकलल्यावानी ढकलली... त्या वेळीच तिची बाजू घेतली असती... तिचं मनावर घेतलं असतं तर...

...आज सगळी आनंदात आहेत. सगळ्यांना विसर पडलाय. धाकट्या पोरींना तर ती आठवणं शक्यच नाही... पुरुषांचं तर काय, ते घटमुठ काळजाचं... दिवाळी आली की, ह्या सगळ्या आठवणी पारुबाईभोवती भुतागत फेर धरून नाचतात अन् त्यांचं मन अपराधी होऊन जातं.

◆

डाग

घरातलं सगळं काम आटपत आलं होतं. न्हाणीतला धुण्याचा पाळा घमेल्यात भरायचा आणि हातात जेवणाचं गठूळं घेऊन रानाकडे निघायचं एवढंच उरलं होतं. गजरानं लगबगीनं झाकपाक केली आणि न्हाणीतलं धुणं गोळा करण्यासाठी ती बाहेर आली तर अप्पा येताना दिसलं. अप्पा असं आधीमधीच आल्यालं बघून एकीकडं तिचं मन हरखून गेलं तर दुसरीकडे आपल्या 'म्हायेराला' काय कमी-जास्त तर झालं नाही ना, आई आजारी तर नाही, का भावाला गोड वाटनासं झालंय या काळजीनं काळवंडून गेलं. आता काय कारणानं अप्पा आलं असत्याल या विचारानं ती त्यांच्याकडं बघतच राहिली आणि मग एकदम झाप्दिशी घरातच गेली. लगबगीनं सासूला म्हणाली, 'आत्याबायऽ अप्पा आल्यातीऽ'

'आं? अप्पा? कोन तुझं वडील?' सासुनं आश्चर्यानं विचारलं. 'या येष्टीनं आलं का काय?'

साडेअकराची गाडी येण्याचा टाइम झाला होता खरा! सोप्यात सुपारी कातरत बसलेला सासरा लगबगीनं उठून घोंगडी हाथरत म्हणाला 'याऽ'

'रामरामऽ'

'रामराम याऽ बसाऽ आगं गजरा, पाण्याचा तांबा घी बरंऽ' सासरा परत सुपारी कातरत म्हणाला.

गजरा डोईवरचा पदर सारखा करीत पाण्याचा तांब्या घेऊन बाहेर आली अप्पापुढं ठेवत तिनं हळूच प्रश्नार्थक नजरेनं अप्पाकडं पाह्यलं अन् आत निघून गेली. अप्पानी उठून चूळगुळणा केला. धोतरानं तोंड पुसत, हा हु करत बसत पाण्याचा तांब्या तोंडाला लावला. तांब्या खाली ठेवत म्हणाले, 'काय उनाचा रक होऽ अंगाची नुसती तलकी हुतीयाऽ'

'तर आता उन्हाळाच म्हटल्यावर व्हायचीच कीऽ घ्या सुपारी घ्याऽ'

तशी आतून! सासू म्हणवणारी म्हणाली, 'आव, च्या ठिवलाय गजरानं आन् पाव्हण्यांस्नी सुपारी कसली देतायाऽ''

'आसं हाय व्हय! म्या म्हणलं, कातारलीय सुपारीऽ पानीबी प्याल्याती पावनंऽ तवा– '' सासरा विनाकारण हसत म्हणाला.

'च्याला काय करायचंय, ऊन काय म्हणतंयाऽ माणूस नुस्तं शिजून निघतंया-'

'मंग? का जेवानच करता? काय च्याचं एवढं आमच्यात न्हायऽ व्हय गजरे. च्या नक्कूच करूऽ ताटं करा आमच्या दोघांची' सासरा.

'व्हय तसं कराऽ न्हायतरी ह्येंनी कुठं न्ह्यारी केलीया? जेवाच आपलं सागसुरतीनं! उगं च्याच्या गरम पाण्यानं ती आतडी वाळवायची!' सासू.

मग गजरानं दोघांना जेवायलाच वाढलं. जेवता जेवता तरी अप्पाच्या येण्याचा विचार कळंल असं तिला वाटलं. मग सासऱ्यानं हळूच सहज विचारावं तसं विचारलंच, 'आज काय लांबं तंगाडा काढला? काय कमी जास्ती?'

पाण्याचा तांब्या तोंडाला लावून पाणी पीत पीतच अप्पा म्हणाले,

'आलतु हिकडंचऽ तसंच वाईच आर्जंट काम निघालंऽ'

भाकरी वाढायला आलेल्या गजरानं एकदम विचारलं, 'घरची बरी हायीत नव्हं सगळी? आये, भाव, सुशी? आं?'

'समदी ठणठणीत हायेतऽ त्याची काय काळजी करू नको! आम्हाला दुसराच घोर लागलायऽ' अप्पा.

'आता काय?' सासऱ्यानं भाकरीचा तुकडा कालवणात बुडवत विचारलं.

'आम्ही एक व्यवहार जमविलायऽ'

'आस्स! खरेदी म्हणा की!''

'व्हय खरेदीच– '

'किती एकराची? केव्हढ्याला ठरला व्यवहार?'

'आबा, ती आमच्या लगत आंब्याची पट्टी हुती का चव्हाणाची तीचऽ

'खाल्लाकडची?'

'हा तीचऽ लगत बी हाये आन...'

'किती एकराची पट्टी वो?'

'तीन एकराची, जरा जास्तच आसंलऽ'

'आस्स! किती द्याचं ठरलं मंग?'

'लइच ताठ ठरला सौदा आन् काय! आमचं गाव म्हायती न्हाय व्हयऽ नांदनारनीला पळ म्हन्नारंऽ'

'तरी पन?'

'साठ हजारालाऽ'

'आन् कागदाचा खर्च–'

'ते समदं आपल्याकडं! जानं-येनं ऽ त्याला पार घरी आनून पोहोचवायचा.'

'तरी बरं हाये ऽ पान्याखालची हाये, वर लगतचीऽ झ्याक झालंऽ'

गजराचाही ऊर आनंदानं भरून आला. अप्पानं, भावानं कष्ट केलं म्हणून एवढं झालं. एका जाग्यावर धापाच एकराचा मळा झाला. चव्हाणाची आंब्याची झाडं तिला लहानपणापासून आवडायची, या दिसांत आमराइतनं हलूने वाटायचं! पण कितीही शेजारची असली तरी लोकाचीऽ आता हक्कानं आंब्याबुडी बसता येईल. ती अप्पांच्या बोलण्याकडं कान देऊ लागली. धोतराच्या सोग्यानं घाम पुसत अप्पा म्हणालं,

'झ्याक झालं खरं पर झाक यायची वेळ आलीयाऽ साठीखत करून बांधून घेतलाया खरं चव्हाणाला पर...'

'पर काय?'

'आपलं लौकर खरेदीखत केल्यालं चांगलं, मुदत वायदा हायेऽ'

'आस्स...' एवढं बोलून म्हातारा गप्प झाला. पाव्हणा का आला असावा हे त्या अनुभवी म्हाताऱ्यानं ओळखलं.

मग थोडा वेळ दोघंही मुकाट्यानं जेवत राहिले. सासूच मध्ये बोलली, 'अगं गजरा, त्यानला काय हवं नक्कू ती मी बघतीऽ पोपटची भाकरी हिथंच हायऽ धुणंबी पडल्या; तू आता जा बयाऽ त्यो वाट बघत आसंल. कवा सकाळी दूदू घिऊन गेलायाऽ'

'आता काय रानात?' अप्पानी विचारलं.

'भुईमूग हाय थोडाऽ हिरीला पानी न्हायऽ सांगळ्यानं ऽ भरणं काढावं लागतंयाऽ केलं, यांव त्यांव'

गजरा जाऊ की नको करत घुटमळत राहिली. बाहेर जाऊन धुण्याची पाटी भरून आली.

'मग आता काय?' सासऱ्यानंच विचारलं.

'काय न्हायऽ ह्येच की पैश्याची जुळवाजुळवऽ दावणीची दोन खोंडं काढलीऽ झालंच तर आमचं डाग ठिवलं! आलंय जमत पर...'

'कितीसं कमी पडतेत– '

दोन्ही हातांची पाच-पाच बोटे मिटवत अप्पा म्हणाले, 'एवढ्यांची गरज हाये बघाऽ धाएक हजारात पार निरापिराच हुतुय बघा'

'धा हजार?' म्हातारा म्हणाला 'एवढं कुठलं असतेन व्हय? आता पार जिकडलं तिकडलं खर्चून गेलंऽ सोसायटी भागिवली. कापडचोपड, लोकांचं देणं-पानी...पार रिकामा झालु बघाऽ'

'तसं हायच म्हना ऽ बारदाना काय ल्हानसान हाये? पर जरा काय तर

हिकडंतकडं केलं तर...'

'आगं, तू का थांबलीयास? जा की ऽ मी बघती ऽ न्हाय उपाशी ठिवत तुझ्या अप्पान्ला' सासूनं अशी घाईच केल्यामुळं तिनं धुण्याची पाटी उचलली अन् मळ्याकडं निघाली.

'एवढा का उशीर?' चिडून पोपटनं तिला विचारलं, आयला हिथं पोटात आग पडलीयाऽ'

'आव, अप्पा आलंऽ निघालीच हुती तेवढ्यात आलं; मंग त्यानला जेवायला वाढलं आन् लगीच निघालीऽ आत्याबाय मागनं वाढ करत्या म्हणल्याऽ घ्या भरा चूळऽ' गजरा.

'आता आणखी कश्याला आधीमधीच मामा आलं? का तुला न्हेयाला?'

'काय तरीच बयाऽ परवा तर जाऊन आली मी; आन् मला न्हेयाला आलं तरी हिकडच्यानी पाठवाय नक्कू?' ती त्याच्याकडं लाजून पाहात, हसत म्हणाली; तशी त्याची कळी खुलली. हात धुत कोपीत येत म्हणाला, 'न्हायच पाठवायचु! बरं वाढऽ तसं तिनं त्याला जेवायला वाढता वाढता त्याची कळी खुललेली बघून अप्पा का आलेत ते सांगितलं. आमच्या शेजारची आंब्याची पट्टी घेतलीया, जरा वाईच पैका कमी पडतूयाऽ चालली हुती बोलणी इवाय-इवायांची... ती बोलत राहिली; तो नुसता ऐकत जेवत राहिला. त्याच्या मनाचा थांग तिला लागेना तशी ती अस्वस्थ झाली. आता या वेळेला तरी अप्पांच्या मदतीला गेले पाहिजे. एका जागी त्यांचा जम बसतोय तर त्यांच्या उपयोगी पडले पाहिजे असे तिला वाटत होते; पण नवरा तर काही बोलायलाच तयार नव्हता. तिला पैश्या-पाण्यातले काही कळत नव्हते. माहिती तर काहीच नव्हती; पण तिला एवढे वाटत होते की, आपल्या माणसानी मनावर घेतले तर सहज दहा हजार देवू शकतील. एवढी परिस्थिती आपली आहे. तो काही बोलला नाही, हात धुऊन चूळ भरून टाकत म्हणाला, 'मामा ऱ्हाणार असत्याल की मुक्कामाला?'

'काय की! त्यांच्या मागं ही लागल्याऽ साठेखत केलंय, कागुद करायचायऽ'

'म्हणूनच म्हणतुया ऱ्हातील की ऽ मामा काय तसं हालणार व्हय' तशी ती काहीशा आशेनं हसली, 'आता बघाऽ कुनीबी परेत्न करनारच की! त्यातनं तुमची मर्जी! ती काडीचा तुकडा मोडत म्हणाली.

'आगं ऽ मदत कराय काय झालं? पर आता अजाबात पैसा न्हायऽ उंसाच्या बिलातनं सोसायटी भागविली, पेठचं देनं दिलं, मिक्चर आणून टाकलं; आता हाय काय जवळ? का आपून शेट-सावकार हाव? गठूळ बांधून बसलूयाऽ'

'तुम्ही मनात आणल्यावर लाखभर रुपये रातीत जमा कराल! नका सांगूऽ' गजरा.

ती असं कौतुकानं म्हणल्यावर त्याचा चेहरा फुलून आला; पण एकदम सावध होत म्हणाला, 'आगं, काळ कोंचा आलायऽ कुनी धा पैश्याला घरापतोर थांबत न्हाय आताऽ'

'तर ऽ बघा बयाऽ एखाद्याची भाकरी...' गजरा म्हणाली तसं तो उठत म्हणाला, 'बघू मंग सांजच्या पारी ऽ'

तो उठला तशी तीपण धुण्याचा पाळा घेऊन उठली.

दिवस मावळताना घरी आली तर अप्पा सोप्यात बसलेलेच होते. आपल्या नवऱ्याचंच म्हणणं खरं झालं, काय तरी भोसका पाडल्याशिराय मामा जाणार नाहीत असं म्हणालाच होता हे आठवून तिला अस्फुटसं हसू फुटलं अन् ती घरात शिरली. स्वैपाकाच्या तयारीला लागली.

संध्याकाळ झाली, कडूसं पडलं, धारापाणी झाल्या. जेवण वेळ झाली... जेवणंही झाली... गजरा आन् सासू भांडी घासू लागल्या. गडीमाणसं सोप्यात सुपारी कातरत बोलत बसली.

'काय तरी करा, तर आमचं जमतंयऽ' अप्पा.

'आता काय करावं तीच सुचंना झाल्याऽ बरं, थोडीथिडकी रक्कम हाये का?'

'आता उगं ताकाला जाऊन भांडं लपविण्यात काय आर्थ! खर हाये ती मांडणं मांडल्याऽ तारा न्हायतर माराऽ' अप्पा असं म्हटल्यावर दोघंही चुळबुळले.

'आता पाव्हण्याचा कुणबावा वाढतुय ही आम्हालाबी अभिमानाची गोस्ट हाये, पर काय करावाऽ' म्हातारा म्हणाला.

भांडी विसळत बसलेली सासू एकदम उठली अन् सासऱ्याला म्हणाली, 'आव, वाईच हिकडं येता का?' तसं म्हातारा उठला; दोघं सैपाकाच्या खोलीत गेली. कुजबुजू लागली तसं पोपटही उठला आणि त्यांच्या मागोमाग खोलीत गेला. माय-लेकराचा विचारविनिमय झाला अन् तिघंही एकदमच बाहेर आले.

'माझ्या मनी आलतं दोपारीच पर म्हणलं, आमच्या मंडळीला पटतंय का न्हायऽ'

अप्पानी त्यांच्याकडं पाहिलं, कायतरी जमलेलं दिसतंय म्हणून त्यांचाही चेहरा उजळला होता.

काय?

'नव्हं! असं करा पावनंऽ आता पैसा काय रोख न्हाई उचलून द्यायला आन् तुमचं तर काम थटलयाऽ तवा आमच्या कारभारनीचं, गजराचं डाग हायतं ती घेऊन जा आन् बारामतीला ठिवून रक्कम उभी करा आन् करा कागूदऽ ऊस ताट गेल्यावर आना सोडवून आन द्या आमच्या आम्हाला; म्हंजी उग धा ठिकाणी त्वांड वेंगडाय बी नक्कू आन् याजबट्टा द्यायला बी नक्कू. कसं?'

'चालंल कीऽ कायतर करून रक्कम हुभी केली पायजी बघाऽ तुमचं डाग काय

म्होर या दिसाच्या आतच सोडवून आणून देऊ...' अप्पा हरखले होते.

वळचणीला पाल चुकचुकली अन् गजराच्या डोक्यात एकदम काहीतरी सणाणून गेलं. सासू-सासऱ्यांनी दागिने द्यायचं कबूल करायला नको होतं, असं तिला उगीचच वाटून गेलं. रक्कम काढून दिली असती तरी चाललं असतं; पण कुणास ठाऊक आपल्या अप्पाच्यानं हे दागिने सोडवणं होतंय की नाहीऽ राहिलं तसंच म्हणजे व्याजानं व्याज वाढत जाणार अन् हिकडं सासूचं आपल्यामागं टुमणं चालू राहणार... बघ, तुझा वडील गेला घिवून डाग आन् आता हाय का काय काळजी? आता आम्ही सणावाराला काय लंकेची पारबती हून ऱ्हावं का?... ती चमकून उठली. भांड्याचा पाळा घरात नेऊन ठेवला आणि हळूच सासूला म्हणाली, 'आतीबाय, डाग कशापायी देताय? नका दिवूऽ'

गजराच असं म्हणल्यावर तिच्याकडं आश्चर्यानं पाहात सासू म्हणाली, 'आता गं बयाऽ तुझ्या भावांचा बारदाना वाढतूया आन् तूच असं म्हणतीयास? कमाल हाय बाईऽ आता मी एक येळ मोडता घातला असता तर कुणी काय बी म्हणलं नसतं पर तूच...'

'तसं नव्हं आती! मी म्हणतीया आपल्याच्यानं रोख रक्कम देणं हुत आसंल तर द्यावी पर डाग देऊन अडकू ने ऽ'

'डाग काय आन रक्कम काय! एकच कीऽ म्होरल्या वर्षी सोडवून आणून देवू म्हणतेत नव्हं पाव्हनं. आता बया उशाला रक्कम बांधून ठिवणारा आख्या कुरबावी गावात तरी घावायचा न्हायीऽ आसं कुठं असतंय व्हयऽ'

गजराला नीट सांगताही येईना; तिला आतून काय वाटत होतं ते मोकळीपणी सासूला सांगता येईना. सगळे उघडे करून सांगावे तर तुझा बाप असा कसा गंऽ आणि यांनीच अप्पाला सांगितले की, आम्ही द्यायाला तयार आहोत डाग; पण तुमचीच पोरगी आडवी पडतेय म्हटल्यावर अप्पांना काय वाटेल? आपल्याला माहेर कायमचेच अंतरेलऽ आई, भाऊऽ सगळी आपल्यावर नुसती दात-ओठ खातील. म्हणतील, पाव्हणी माणसं चांगली पर आमचीच लेक असली निघालीऽ अजाबात म्हायेरच्या माणसाची माया न्हाईऽ तिची सगळीकडून कोंडी झाल्यागत झाली. घास बसावा तसं झालं. पाठीत हूक भरावी तसं आतून बरंच दाटून आलं; पण काही बोलता येईना.

बाहेर सोप्यात अप्पाचा आवाज खुलला होता. हिकडच्या तिकडच्या गप्पा निघाल्या होत्या. गावाच्या राजकारणावर, मारामाऱ्यांवर, कोर्टातल्या केसीबद्दल... अप्पाच्या मनावरचा ताण नाहीसा झाल्यामुळं तेही खुलवून सांगत होते.

गजरा गप्प झाली. भांडी जागच्या जागी लावून ठेवली. सोप्याला घोंगड्या, चादरी आणून ठेवल्या; बाज उभी होती ती कलंडवली. घोंगडी हथरली, कॉटवर

गादी टाकली. चादरीची घडी ठेवून दिली.

सकाळी सकाळी लौकरच उठून अप्पा दागिन्यांची पिशवी घेऊन गेले अन् तिला उगाच हूरहूर लागल्यासारखं झालं.

काही दिवस मध्ये गेले. मग तिचा भाऊ येऊन सासऱ्याला घेऊन गेला. तालुक्याला कागदाला जायचं होतं. खरेदी करून सासरेबुवा मेजवानकी झोडून आले. दिवाळी आली; गेली, संक्रांतीलाही तिला माहेराला नेली नाही. होळी झाली, दिवस मोठा झाला. ऊन रणरणू लागले. पाडव्याची गुढी उभारून झाली. अप्पांचा निरोप नाही की सांगावा नाही, येणं तर नाहीच. घरात वातावरण कोंदट होऊ लागलं कुणी कुणाशी नीट बोलेना. सांगावा आज येईल, उद्या येईल; अप्पा नाहीतर भाऊ येऊन जाईल... पण कोणी फिरकलेच नाही...

अन मग एके दिवशी उभ्या उभ्याच अप्पा आले. म्हाताऱ्याला सांगू लागले, 'काय बघा, येडताकच झालया यीन यीन म्हणल पर... या सालाला बघा उसाच्या बिलातन भूइकास बँकेनं डबल हप्ता काटला. आता परत बी करनात. म्हणतेत, "एकदा भरला गेल्याला पुन्यांदा परत करता येत न्हाईऽ त्येवढंच तुमचं व्याज वाचंल कीऽ आता हिथ व्याज वाचवायचं कुनाला पडलंयाऽ पर करता काय? बँक काय ऐकती का काय?"

"आस्स?"

"तर कायऽ तवा आता कसं सांगावं याच घोरात पडलु हुतुऽ म्हणलं, आपुन वायदा काय केला आन् झालं काय... रिकाम्या हातांनी कसं जावावं... तवा आमची मंडळीच म्हणाली, आव, जावून सांगून तरी या उगं माणूस वाट पाहात बसतंय इहीणबाईची समजी काढून या..."

"आता त्याला काय इलाज हायऽ पर बरं झालं सांगाय तरी आलासाऽ आमी आपलं हिकडं वाट पाहातुय.

"तर काय... पर काय सांगावं? कसं सांगावं?..."

"आसुंद्या आता तुमची नड काय आन् आमची कायऽ दीपवाळीच्या टायमाला बघाऽ हाब्रीड, सूर्येफूल कायतरी हुयीलचकी"

"छय छयऽ अन्नासाबऽ दीपवाळीला कुठलं जमतयाऽ काय थोडंभोत येणार ती सणावारालाच पुरत न्हायऽ. आता गेल्या दिवाळीला गजरीला सुदीकऽ न्हेलं न्हवतंऽ या बारीनं सगळ्या पोरी येणार सणाला; कापडचोपाड... तवा उगं बाता मारण्यात काय आरथ न्हाय! म्होर शिमग्यातच बघा डाग सोडवून आणून देऊ... थापा देण्यात काय राम न्हाई आता." अप्पा असं बोलल्यावर सगळ्यांचा नाईलाज झाला.

पुढचा उन्हाळा आला आणि गेला; अप्पा आले नाहीत अन् निरोपही नाही. वैशाख सरता सरता अचानक गजराच्या धाकट्या बहिणीचे लग्न ठरले अन् मग

डाग सोडवायचे विचारायचे कसे म्हणून राहूनच गेले; पण घरातले वातावरण बिघडत चालले. प्रथम सासू-सासऱ्यावर पोपटने ताव काढला. तुम्हाला नाही ती उचापती करायला सांगितले कुणी म्हणून! मग सासऱ्यांनी सासूवर राग काढला "बायली! मी आपला असंतसं बोलून पाव्हण्याला वाटं लावत हुतो तर ही पाघळलीऽ"

"आता मला काय म्हायती पाव्हणा असा अक्रम टिकल्याचा निघंल-" सासू म्हणाली तसं गजराच्या पोटात खड्डा पडला. ती खालच्या मानेनं काम करत राहिली. वडिलाला देत असलेल्या शिव्या मुकाट्यानं ऐकत राहिली. दोघेजण बराच वेळ एकमेकांवर करवादत राहिली. सासरा उठून न जेवताच बाहेर निघून गेला आणि लुगड्याचा बोळा डोक्याला घेऊन सासू कपाळावर आडवा हात घेऊन डोळे झाकून पडून राहिली. गजराला काय करावे ते समजेना. उरकून रानात जावे तर पंचाईत, विचारावे तरी पंचाईत, जेवावे तरी पंचाईत; ती आपली टकाटका घराकडं पाहात राहिली. घर अंगावर येऊन खदाखदा हसत असल्यासारखं वाटू लागलं. ती मनोमन भेदरली.

सासू जेवायला उठली नाही की एकाचे दोन करून तिने गजराला काही कामसुद्धा सांगितले नाही. मग तिनेच आवराआवर केली. नवऱ्याच्या भाकरी बांधून घेतल्या आणि मळ्याकडे गेली.

सासऱ्याचे अन् नवऱ्याचे काहीतरी बोलणे झालेच असावे; एखादा मारका बैल तुंबावा तसे तांबरल्या नजरेने त्याने तिच्याकडे पाहिले, तिच्या काळजात धस्स झाले. भाकरीचे घमेले कोपीत ठेवायला म्हणून ती आत गेली तर पटका उशाला घेऊन सासरा आत पडलेला. तिनं तर फक्त पोपटच्याच भाकरी आणलेल्या. मनच थाऱ्यावर नव्हतं तर काय करणार?... काय सुचणार!

मुकाट्यानं हातपाय धुऊन पोपट जेवायला येऊन बसला. वडिलांना उठवलं तर मला नक्कू तूच जेव म्हणून त्यांनी तोंड फिरवलं; तसं चिडून तो म्हणाला, "जेवनावर राग काढून काय डागिनं माघारी येणार हायेत काय? देताना इचार न्हाय, पाचार न्हाय; गप मुकाट्यानं जेवा आताऽ डाग कसं येत न्हाईत ती मी बघतू आता..."

पोपटनं असा आग्रह केल्यावर म्हातारा बळेबळेच उठून बसला. विहिरीवर जाऊन तोंड धुऊन आला. तिनं गठूळ सोडलं तसं जेवण एकट्याचंच बघून पोपटचं पित्त खवळलं.

"आयला तुमच्याऽ भाकरी तरी भरपेट आनाय मरताय व्हय? का म्हायेरावर्न दानं आनायचेत?..."

ती गप्प राहिली. आबा मळ्यात येऊन खालवर घालून झोपले असतील हे ध्यानातच आलं नाही.

"बोल की! का दातखिळी बसलीय? आं? आता एवढंस जेवान दोघानला

पुरायचं का?"

"आवऽ मला काय म्हायती मामासाब मळ्यात आलं असत्याल... आत्ती बी तिकडं जात्याला उसं देऊन झोपल्यात; ही बी कुठं उठून गेलं... कुणीच काय बोलनाऽ"

"कशाला बोलतील? त्वांड हाय का बोलायला? आज दोन वर्षं होत आली डागिनं देऊन बसल्याती पाव्हण्यानलाऽ लोकाच जावाय सासुरवाडीवर्न फटफटी काय, घड्याळ काय, लॉकीट काय– काय बी आनतेत. आन हिथंऽ सासऱ्यांनी आमालाच टांग मारलीयऽ लई चापटर दिसतुय पर वाघा, मी बी तुझ्याहून चॅप्टर हाय."

तोंड पुसत पुसत आलेल्या आबानी "आर बास आताऽ उगं जेवायच्या टायमाला नक्कू तरास करून घेऊ." म्हणले. तसं जास्तच चिडत पोपट म्हणाला,

"का चिडू नक्कूऽ तुम्ही सगळ्यांनी माझ्या सौंसाराचं वाटूळ करायचं आनल्यावर काय ढोल वाजवून नाचू? आता ह्या गाढवीला एवढं बी कळू ने दोघाचं जेवान न्हयावं मळ्यात? सगळी तिच्चायला..."

आबाही गप्प गप्प झाले. कोपीच्या आढ्याकडं बघत बसले. तसं उठत पोपटच म्हणाला, "तुम्ही खाऊन घ्या भाकरीऽ मला काय आन्न ग्वॉड लागायचं न्हाई डागिनं आल्याबिगर"

"अरं, आसं काय करतुस, हाय ती कोरकोर भाकरी समदीच खाऊऽ काय गं गजरे. तुवी जेवली नसशीलऽ?"

तिचे डोळे पाण्याने भरले. नाक पुसत तिनं नुसतीच मान हलवली.

"आन् मंग माझी एकट्याचीच भाकरी घेऊन हलवत कश्याला आलियास? आबा, तुम्ही जेवाऽ मी आता डागिन्यांच्या मागं लागणार..."

"आरं पर..." आबा.

"आन् हे बघ गजरे– उद्या सकाळच्याला म्हायेराला सुटायचं. हांऽ बापाकडनं डागिनं घ्यायचं तवाच सासरची वाट धरायची तसं मोकळ्या हातांनी अजाबात हिकड त्वांड घ्यायचं न्हाई... सांगून ठिवतू– हात काढून ठिवीन..."

"आवो पर..." गजरा कशीबशी म्हणाली. ती आतून हादरली होती.

"पर न्हाय आन् परखाल न्हाईऽ एकठोक म्हायर गाठायचं! लई गमजा चालवल्यात न्हाय का तुझ्या बापानं? आं?"

"आव, पर मी तर नक्कू म्हणत हुती डागिनं द्यायला!... इचरा आतीबायस्नीऽ म्या म्हटलं, रोख द्यायची असली तर रक्कम द्या पर डागिनं देऊन अडकू नकाऽ"

"म्हंजी काय? पीठ नका देऊ, गहू द्याऽ एकच की! उगं कायतर सांगू नकू..."

"आव खरंचऽ इचारा तुम्ही आत्याबायस्नी..."

"ती काय बी असू दी! उंद्या तुम्ही म्हायेराला जाने आन् डागिनं घेतल्याबिगर माघारी न येणे..." तो ठामपणे म्हणाला.

तिनं आशेनं आबांकडे बघितलं तर आबानी खाली मान घातलेली अन् काडीनं रेघोट्या ओढत बसलेलं.

"बरं आता जेवा तरी... बघू मंग सांजच्याला." तिनं वातावरणातला ताण कमी व्हावा म्हणून म्हटलं.

"ती आता तू नकू सांगूस– तू आपली घरला चालायला लाग. आता सांजच्यापारी न्हाय आन् दिवसापारी न्हाय; दिवस उगवायला म्हायेराची वाट धरने... न्हायतर माझ्यासारखा वाईट न्हायी... सासरा कसा हुडकायला येतूय तीच बघतो... जाऽ जा ऊठ; उगं बसून ऱ्हाउ नक्कूस..."

ती उठली. पायात मणामणाच्या बेड्या अडकवल्यागत, पाय ओढत गावाकडं निघाली. आपला काही अपराध नसताना आपल्याला चाबकाने फोडले जात आहे, असे वाटून मनोमनी हादरून गेली. वाट सरता सरेना आणि उद्या तर माहेरची वाट तुडवायची होती...!

◆

राखणदार

खरकट्या भांड्याचा पाळा तिनं बाहेर आणून अंगणात ठेवला अन् पानवीवरच्या रांजणातनं पाणी काढलं. एकेक भांडं घासून बाजूला टाकू लागली. सासू आत काहीतरी खुडबूड करीत, तोंड वाजवीतच होती. रांजणापाशी ठेवलेल्या मेडक्यावर एक कावळा हळूच येऊन बसला. मान तिरपी करून एकदा भांड्याकडं, एकदा तिच्याकडं पाहू लागला. तिनं वर पाहिलं. बारका खडा उचलून त्याच्याकडं फेकत तिनं त्याला 'हाड्याऽ ड्याऽऽ' केलं तसं उगाचंच पंख फडफडवून त्यानं तिथंच उडल्यासारखं केलं अन् नेट देऊन तसाच बसून राहिला. उलट कावऽ कावऽऽ करू लागला. मान वरती करून, वाकडी करून काव काव केल्यावर तिच्या मनात आलं, "काय आज टपालं-बिपाल तर येतया?" म्हणताना ती हळूच त्याला म्हणाली, 'काव कावऽ सोन्याची पावऽ मालकांचं टपाल येत आसंल तर उडून जावऽ" म्हातारीही आतनं काहीतरी पुटपुटत होतीच. तेव्हढ्यात कावळा उडाला अन् समोरच्या लिंबावर जाऊन बसला.

"हात मुडद्याऽ" म्हणत स्वतःशीच खुदकन हसत तिनं सगळी भांडी परातीत बुचकळली, विसळू लागली; पण एकाएकी पोटात कसंतरी होऊ लागलं, तोंडाला पाणी सुटलं, मळमळू लागलं. भांडी तशीच अर्धवट टाकून ती उठली. न्हाणीच्या दगडावर जाऊन दोन पायांवर बसली. आतून उमासे येऊ लागले. "य्यॉऽक आय्याक ऽ" असले आवाज काढून ती ओकाऱ्या देऊ लागली. दोन्ही हातांनी स्वतःच आकाळं दाबून धरू लागली. ओकाऱ्यांचे आवाज ऐकून सासू म्हणणारी चुलीपुढनं उठली अन् न्हाणीच्या भिंतीला टेकून वाकून बघू लागली. कोरड्या ओकाऱ्या होत्या. म्हणताना हात नाचवत सासू तिला म्हणाली, "व्हैमालेऽ काय गे हे?"

तिचा जीव घाबराघुबरा झालेला. उमारी घामारी होत पदरानं तोंडावरला घाम पुसत ती म्हणाली, "कसनुसंच व्हतया ऽ पोटातनं उचमाळतया ऽ धड पडना बी!" पीत झालंया काय की? अन् तिला परत भडभडून आल्यासारखं झालं. न्हाणीच्या भिंतीवर वाकत सासू

दिवे ओवाळल्यागत तोंड करून तिला म्हणाली, "साधं पितऽ न्हव हे बाये-"

तिनं पदरानं तोंड पुसलं अन् गुडघ्याला हाताचा रेटा देऊन उठत सासूच्या तोंडाकडं बघत ती बाहेर आली. "काय समजंनाऽ एकाएकी पोटातच ढवळून आलंऽ उमासंच येत्याती ऽ" तोंडातल्या तोंडात पुटपुटत सासू आत गेली. चुलीपुढं बसून पाण्याला जाळ घालू लागली. जाळ घालता घालता तिच्या डोक्यात विचारानं पेट घेतला. सूनंचं असं ओकाऱ्या काढणं बघून खरं तर आनंद व्हायला पाहिजे. मन म्हवरून उठाय पायजेल; पण असं कसं घडलं याचंच त्या म्हातारीला आक्रीत वाटू लागलं होतं. पोरगा गिरणीत कामाला तिकडं मुंबईला, आग लागली त्या संपाला. गिरण्या बंद पडल्या तशी बायकोला घरी आणून सोडली अन् आपण काय काय लागतया का बघायला गेलाय, अन् हिकडं सुनंला असं... म्हणजे हिनं कुठंतरी शेण खाल्लेलं दिसतंय ऽ वाईट... माणसाला एवढा दम निघू ने? काय करावं कर्माला? असली सून माझ्याच पदरात पडली? कारभाऱ्याच्या मागं हाताचा पाळणा आन् डोळ्यांचा दिवा करून सोपानाला सांभाळलं, कुणाचं व्हैकऽ म्हणून घेतलं नाही. दिरानं एवढं फशीवलंऽ फसवू देऽ त्याच त्यो भोगलंऽ रांडमुंड बाईला रानातला हलका हिस्सा दिला, आपणाकडं शेलका ठेवलाऽ आज मितीला तिघं ल्याक राबतेतऽ म्हामुर मळा पिकवतेत, ऊर काढून गावातनं फिरतेत ऽ फिरूं द्या ऽ बघणारा वर बसलायऽ रानातल्यावर काय भागनाय म्हणताना सोपानानं मुंबई धरली. वळखीनं गिरणीत लागला. दमादमानं वळखीनं खुठं खोली बी घेतली. लोकाच्यात किती दिस खायाचंऽ खानावळीच्या अन्नानं गिरणीतलं काम झेपतंय व्हय म्हणून त्याचं दोनाचं चार हात बी केलं गेलं साली अन् त्यो संप चालू झालाऽ गावातली म्हमईला असणारी गिरणीतली सगळी माघारी आली. चार दिस गावातंन मिरवल्यागत केलं. घरच्यानी बी माह्यारपणाला आल्यागत त्यांचं कौतुक केलं; पण जसजसं दिस जाऊ लागलं तसं घरातली बी वैतागली. त्यांनी आणलेला पैका बी संपला आन् मग गुदमरायला लागल्यागत झाली. कुणी कुणी कामाला जाऊ लागलीत. कुणी कुणी टवरी तसंच रेमाटा देऊन खाऊन मरीआईच्या देवळात पत्त्या खेळत बसू लागली. घराघरांत भांडणं सुरू झाली. आपल्या सोपानानं दोन दिवस पाह्यलं अन् आपल्याला म्हणाला, "आयेऽ मी जातू परत म्हमईला. काय ना काय तरी काम मिळंल. हमाली तरी करता येईल; खोली हायेच. एकाला आजून दोघंतिघं घेतलं म्हणजी भाडं बी परवडलं आन् खाऊ हातानी करून आं?"

"जेसूरीला न्हेत न्हाई व्हय?"

"तिला कशाला आनी? एकट्याचंच भागायची पंचात तिथं... शेरात काय काय लागतंया? पावलापावलाला पैका लागतूय! दोन शेरडं घेऊन देतू. रानातलं बी काम हुईल...संप मिटला की मग बघू म्हन.. "

आता तो गेल्याला वरीस झालं. संप बी मिटला न्हाई अन् म्होरं काय झालं हे आपल्याला कळलं बी न्हाई. सोपानाची पत्र येत्याती. कोणतरी वाचून दाखवतं... मागच्या महिन्यात उभाउभी येऊन गेला. एक रात तर होता. म्हणाला, "संप काय मिटला न्हाय आयेऽ आता आमचं आम्हीच जातू म्हण कामाला पर हाय त्याच्याबी खालच्या गिरीडला घेत्याती. काय तेच्यायला ऽ सगळ्यांनी मिळून झकास मारली! चांगलं सुखानं चार घास खात हुतू.. सरकारच्याबी आयलाऽ त्वांडाव नाव घेतंय गरिबाचं पर घर भरतंय भांडूलदारांचं! आये, जरा नीटनेटकं झालं की न्हेईन बघ जयश्रीला. तोपातूर कायतरी बोकाड-फिकाड इकाय ईलच की– "

आता तेव्हळ्या रातीनं एवढा ख्योळ केला असला तर पंचातच की- आला काय न् गेला काय- गावाला म्हाजूर बी झालं न्हाओ. हजार तोंडानं हजारजण बोलणार... आपून कुणाकुणाला सांगत बसणार?

...विचार करून म्हातारीचं डोकं फुटायची वेळ आली. तिला आपल्या अब्रूचीच भीती वाटू लागली. सगळं गाव आपल्यामागं आपल्याला हसतंयऽ सून कशी वाईट चालीची निघाली म्हणत बाया वोढ्याला धुणी धुणार ऽ माणसं पारावर; चावडीवर फिदीफिदी हसणार अन् तरणीताठी आपल्या सुनेला बघून शीळ घालणार, दारावरनं खेपा घालणार. एकदा का कानफाट्या नाव पडलं की संपलंच. काच तडकलेली काय सांधता येतीय.! बरं पोराचं तरी काय सांगावं? सोपाना तसा भरमीट टाळक्याचा गडी.. आपलं पोरगंच न्हवं म्हणून बसला म्हणजे काय करावं? इकडन् आड अन् तिकडन् विहीर अशातली गत झालीय म्हातारीची .. जाळ मागं आलेला सारायचंसुद्धा भान तिला राहिलं नाही. जयश्रीनं भांडी फळीवर लावली अन् पुढं होऊन लाकडे चुलीत सारली; म्हातारीच्या चेहऱ्याकडं पाहिलं.

"सरा आत्याबायऽ पानी इसणून देती ऽ आंघूळ कराऽ उरकून जावं की रानात"

"हं...हं दी बया ऽ पर आज नग रानात जायला."

"का? आन शेरडा-करडास्नी काय घालायचं? मला काय झालंय? सकाळचं थोडं कसनुसं झालं.. वाईच सुपारीचं खांड चघळलं... आता बरं हायेऽ उठा... "

"आग बये ऽ आंघूळ करती मी... पानी दी पर तू नकू जाऊस रानात...मीच शेरडानला शेवरीचा पाला-फिला घेऊन येती..."

"आता कुठनं शेवरीचा पाला आननार तुम्ही?"

"आनीन कुठनं बी! कुठंच न्हाय मिळला तर दाजिबाच्या उसाच्या कडंला तर हाये..."

"काय नगं त्यांच्या बांधाला जायाला ऽ" ती फणकाऱ्यानं म्हणाली. तशी सासू उठून वलणीवरचं लुगडं घेत म्हणाली,

"तू उगाच कारभारीन झाल्यागत बोलू नकू. सैपाक कर मुकाट्यानं आन्

बस...मी जाऊन येती रानातनं तवर शेरडा-करडास्नी पानी दाखव.''

"!!!"

"काय सांगतीया मी? आन् कुठं जाऊबीऊ नकू. न्हायतर लगीच जाशील कुटाळक्या कराय...''

"कश्याला जातीय मी आतीबाय!''

"न्हाय, जायाचं न्हाय... आन् कुठं काय बोलायचं बी न्हाय!''

"कश्याचं ते?'' तिनं पाण्याचं भगुलं उचलत म्हटलं. तिला काहीच कळलं नाही.

"तुझं नाक ऽ आग ऽ सकाळच्यापारी वकाऱ्या झाल्या ऽ कोरडं उमासं आलं ही काय बी बोलू नकू ऽ न्हायतर लगीच वचावचा करून येशीन कुठंतरी...''

"न्हाय बा ऽ मीहून कश्याला सांगतीय व्हय...''

"म्हंजी ईचारलं कुनी तर सांगनार म्हण की?''

"तसं न्हाय वं आत्याबाय. पर सांगितलं...''

"काय सांगितलं? काय बी बोलू नकं हिथं आमच्या गळ्याला फास आनलायस्. गप तरी बस बाये... मी रानातनं येस्तवर...''

खाली मान घालून ती 'बरं' म्हणाली. तिच्या डोक्यात नुसता गोंधळ झाला होता. सकाळी सकाळी आपल्याला उलट्या होतात काय, सासूला त्याचं एवढं लागून काय राहतंय...कावळा काव काव काय करतोयऽ कुठं जाऊ नको म्हणतीय काय...तिनं मुकाट्यानं सासूला पाणी इसणून दिलं अन् आपलं पाणी तापवायला ठेवलं. सासूनं भराभरा अंघोळ आटपली अन् चुलीवर चहाचं आधण चढवायला लावलं. जयश्रीनं वैलावर अंघोळीचं पाणी ठेवलं अन् सासूला चहा करून दिला.

"तू घी की... ''

तिला इच्छाच होत नव्हती. अजून मळमळल्यागत वाटत होतं. चहा घेतला तर परत उचमळून येईल का असं वाटत होतं. तिनं मानेनंच नको म्हणून सांगितलं अन् उरलेला चहाही सासूच्याच कपात गाळला. पदरानं तोंड पुसत सासू उठली. धडपा घेत परत तिला बजावून रानात गेली.

जयश्रीनं परत अंघोळीचं पाणी चुलीवर चढवलं अन् जोडव्याशी चाळा करत ती जाळाकडं बघू लागली. लालपिवळ्या जाळातनं सोपानाचा चेहरा तिच्यापुढं दिसू लागला. मुंबईच्या इमारती, फुललेले रस्ते, भर्रकन जाणाऱ्या तऱ्हेतऱ्हेच्या मोटारी, सोपानाचा हात धरून बावरून त्याच्याबरोबर जाणाऱ्या आपण, सारं काही तिला आठवलं. गिरणीचे भोंगे, घोळक्यानं बाहेर पडणारे कामगार. चाळीतला गजबजाट, भांडणं, बिड्या ओढणारे कामगार, दारू पिऊन बरळत येणारे, लोळणारे, कचवचणाऱ्या त्यांच्या बायका अन् पोरांची लेंढारं... आजूबाजूचा गोंगाट यात ती हरवून बसली.

चिमुकल्या, फुलत जाणाऱ्या संसारावर अचानक संपाचं सावट पडलं अन् इकडं निघून यावं लागलं. मुंबईचा गोंगाट गेला अन् एकाकीपणाची आग... दिवसभर कसंतरी रानामाळात वेळ जाई; पण रात्र खायला उठे. या कुशीवरून त्या कुशीवर! सबंध देहाची तगमग सुरू होई. मुंबई समोर नाचू लागे. मन थुईथुई मोरागत पिसारा फुलवी अन् छपरातल्या भोकशातनं दिसणाऱ्या चांदण्या त्याच्यावर विरजण पाडीत. आपण लांब इकडं येऊन पडलो अन् आपला धनी तिकडे... याची जाणीव त्या चांदण्या करून देत अन् आग जास्तच भडकून उठे.

दोन पायांवर बसत तिनं गुडघ्याभोवती हाताची मिठी घातली अन् मागेपुढे झोके देत ती जाळाकडं पाहत राहिली. महिन्या-दीड महिन्यापूर्वी वळवाच्या पावसागत आलेल्या सोपानाची तिला आठवण झाली अन् मग श्रावणातल्या सरीनं भिजून चिंब व्हावं तसं झालं. बऱ्याच दिवसांनंतरची त्याची भेट-त्याचा तो मुसंडी आवेग अन् समरसून आपण दिलेली दाद... सारं काही तिला आठवलं अन् अंगावर काटा उभा राहिला. गाभुळलेल्या चिंचेची चव जिभेवर रेंगाळावी तसं!

तिला एकदम चिंच खावीशी वाटू लागली. सोपान विसरला अन् काहीतरी आंबटचेंबट खावंसं वाटू लागलं. समोर चुलीत पडलेला राखेचा ढेपसा बघून त्यावरच तिचं मन गेलं अन् उगाचंच चोरट्यासारखं हळूच तिनं त्यातला थोडासा ढेपसा तोंडात टाकला. जिभेला बरं वाटलं तुरट.. अन् एकाएकी तिच्या मनात लख्ख वीज चमकावी तसा प्रकाश पडला. सकाळच्या कोरड्या उमाश्यांचा, ओकाऱ्यांचा, आंबटचेंबट खाऊ वाटण्याचा अर्थ लागला अन् ती मनाशीच लाजली 'या बया ऽ' करत तिनं अंघोळीचं पाणी काढलं अन् न्हाणीत जाऊन अंघोळीला बसली. पदर दातात धरून तिनं चोळी काढून पायाखाली घेतली अन् गरम पाण्याचा तांब्या खांद्यावरून घेतला. गरम पाणी अंग शेकत शेकत पन्हाळीतनं खाली गेलं. अंग चोळता चोळता परत तिला सकाळची आठवण आली अन् आपल्या थोड्याशा फुगीर झालेल्या न झालेल्या ओटीपोटावरून ती मायेनं हात फिरवू लागली. आई होणार या जाणिवेनं ती उचंबळून आली. गरम पाण्याचे तांबे तिनं धडाधडा अंगावर घेतले अन् वाफाळलेल्या शरीराला लुगडं गुंडाळत ती घरात गेली. मग तिनं भराभरा आवरून घेतलं. दणादणा भाकरी बडवल्या, झणझणीत फोडणी करून कालवण केलं. रांजणातनं पाणी काढून न्हाणीतच लुगडी पिळून अन् शेरडापुढची गवतकाडी बाजूला करून त्यांना पाणी दाखवलं. कोपऱ्यातली गवताची पेंढी त्यांच्यापुढं टाकली अन् सासूच्या येण्याची वाट पाहत राहिली. आतबाहेर करू लागली. गाणं गुणगुणू लागली.

सासूनं शेवरीचा पाला काढला. धडप्यानं आवळला. सैरभैर मनानंच. तिला काय करावे तेच सुचत नव्हते. सोपानाला कागद लावून बोलावून घ्यावं, दोन-चार

दिवस राहू द्यावं, त्याचा विचार घ्यावा. शेवरीचा शेंडा खुडावा तसा तिनं हा विचार खुडून टाकला. 'येडंऽ हाये ते' ती मनाशी म्हणाली. हुबालीनं गोड गोड बोलून काहीतरी भरवलं मनात तर तेच खरं धरून बसलं. मी बाप झालेला तुला बघवना व्हय? म्हणंल आणि कुणाचं तरी पोर आपलं म्हणून उरा-पोटाशी कवटाळत बसंल किंवा आपन सांगितलं अन् गड्याचं टाळकं हललं तर जिवबीव मारून टाकंल. टाकली तर टाकली म्हणा. दुसरी करून देऊ अजून काय वय गेलेलं नाही; पण तसा कुठला मारतूय? अगोदर गाव गोळा करल! सगळ्यांना कळायचे ते कळणारच. आपल्या अब्रूचा पंचनामा झाल्यावर मग पुन्हा तिचा पंचनामा-नकोच ते. ह्या कानाचे त्या कानाला नाही कळले पाहिजे. तिला मोकळी करायला पाहिजे. त्याला कागद धाडायला पाहिजे, ये बाबा तुझी तू घेऊन जाऽ असली इदरकल्याणी सून माझ्यापाशी नको. तुला कशी वागवायची तशी वागव नाहीतर दे ढकलून समिंदरात नाहीतर आगीनगाडीखाली माझ्या पदरात हा विस्तव नको. नाचती काय ऽ मुरकती काय ऽ उगं घोड्यागत ऽ हिला कितीबी काम सांगा ऽ पुन्हा आपलं हाये ते हायेच... आम्ही काय तरण्याताठ्या नव्हतो? अगं, नवरा गेला तरी दिवस काढलं... आन् आता माझ्या सोपानाच्या नशिबी जरा साडेसाती आलीया तर ही बया गुण उधळाय लागलीया आन् अब्रूचं खोबरं वाटत सुटलीया. म्हातारीच्या डोक्यात अंगार पेटला. सुनेची एवढीतेव्हढी आगळीक मस्तकात सणक उठवू लागली. तिच्या ओकाऱ्या ऽ, तिचं चालणं, तिचं बसणंऽ, तिचं उताणं झोपणंऽ, दिस उगस्तवरऽ ओढ्याला गेलं तर लौकर न येणं हे सगळंच तिला अगोचर वाटू लागलं अन् सकाळी सकाळीच मनात केलेल्या निश्चयानं उभारी धरली. नागागत फणी काढली. शेवरीचा पाला डोक्यावर घेऊन घराकडं येताना म्हातारीची पावलं निश्चयानं पडत होती आणि ओठ दुमडला गेला होता.

... रात्रपाळी करून आलेला सोपाना एकटाच खोलीत पसरला होता. अर्धवट झोप होऊन गेली होती. ऊन उतरले होते. रस्त्यावरच्या गर्दीने परत वेग घेतला होता. पोरापोरांचे किंचाळणे, बायकांचा कलकलाट, लोकलचे कर्कश भोंगे या सगळ्या वातावरणातून लांब तो आपल्या गावी पोहोचला होता. आईची, बायकोची हुंबाडून आठवण आली होती. जयश्रीची मिठी आठवत होती. दीड-दोन महिन्याखाली उभ्याउभ्या गावाकडं मारलेली खेप, त्या वेळी रंगलेली रात्र. आता तिला हिकडं आणायलाच पाहिजे. पोटाचे हाल- छे! काही खरं नाही. गिरणीत तसा जम बसलाच होता. काहीतरी पगार मिळतच होता. पहिल्यापेक्षा कमी असला तरी आता महिन्याच्या महिन्याला मिळणार होता. खोलीतल्या दोघांना जेवायला घातले तर तेव्हढेच अजून पैसे सुटतील... कायतरी तेव्हढाच आधार! पण आता गावी जाऊन तिला आणायलाच पाहिजे. सोपाना या कुशीवरून त्या कुशीवर बायकोच्या आठवणीनं तळमळत राहिला...

...सासूनं शेवरीचा पाला धडपा सोडून कोपऱ्यात टाकला; त्यातले चार डहाळे ब्यांऽब्यां करणाऱ्या शेरडा-करडापुढं टाकले. रांजणावरच्या तांब्यात पाणी घेऊन हातपाय धुतले. शेरडाच्या धडपडीनं जागी झालेली जयश्री आळसावून पदर सावरीत बाहेर येऊन सोण्याच्या खांबाला टेकून उभी राहिली. उन्हानं तिचे डोळे दीपल्यागत झाले होते अन् झोपेनं अंग आळसावले होते. हात वर करून तिनं अंगाला आळोखेपिळोखे दिले आणि एक मोठी जांभई दिली. तिच्या त्या तशा वागण्यानं अगोदरच भडकलेली म्हातारी मनातून जास्तच भडकली; पण वरकरणी तसं काही न दाखवता पदराला हात पुसत ती सुनेला म्हणाली, "अगं, बघत काय उभी राहिलीसऽ पितळ्या घीऽ तांबे भरून घीऽ पोटात कावळे वरडाय लागलेत–"

"व्हयऽ घेती की!" म्हणत तिनं लगबगीनं तांबे भरून घेतले. शिकाळीवरचं भाकरीचं टोपलं खाली घेतलं अन् पितळ्या घेतल्या. पहिल्यांदाच तिलापण पोटात आग पडल्यासारखं झालं अन् आवरून सासू केव्हा एकदा ताटावर येऊन बसतीय असं झालं. लुगड्याचा घोळ झटकता सासू बसली. दोघी मुकाट्यानं भाकरी मोडू लागल्या. कुठूनतरी खांड पोखरणाऱ्या वाळवीचा आवाज आलाऽ लांब बाहेर ऐन दुपारचं एक कुत्रं भेसूर स्वरात रडायला लागलं...'

जरा वेळानं सासूच म्हणाली, "जेसरेऽ"

"काय वं आती?" ती खालमानेनंच म्हणाली. तिला वाटलं, सकाळच्या वकाऱ्याबद्दल विचारणार. आपल्याला दिवस गेलेत हे ध्यानी येऊन नातू बघायला मिळणार म्हणताना सासूबाईला आनंद झालेला दिसतूयऽ आपलं तोंड लाजेनं दाखवावं कसं म्हणताना तिनं खाली मुंडी घातली.

"ह्ये बघऽ जेवान झाल्यावर एवढी मुळी खा बाईऽ लईच कसनुशी लागली तर गुळाचा नख घीऽ पर तेव्हढी चाबल."

"कश्याची वो?" तिनं भाकरी तशीच हातात धरून प्रथमच सासूकडं बघत म्हटलं. सासूचा करारी चेहरा बघून ती हबकली.

"नस्त्या पंचात्या करूनेत सासुरवाशणीनं! गप खा आन मोकळी हू..."

"पर...."

"आता गप बसती का! अगं टवळे, घ्या दुपारी माझ्या डोळ्यांत राख कालवलीस कीगं ...अगं, आता काय बी सांगू नकूऽ चांडाळणी, आपल्या घरावर निखारा ठिवाय निघालीस! पर मी हाये की अजून जिती! त्यो नंदीबैल हालवल मान तू म्हणसील तसा! अगं, माझा ल्योक काय हांडगाफिंडगा निघाला काय म्हणून तू हे असं करून बसलीस? कुनाचं बी गळूं दी वसरीला खेळूं दीऽ बया बयाऽ काय आक्रीत तरुनपन आन् आक्रीत बाया...ऽ व्हैमाले, मुकाट्यानं ती मुळी खाऽ आपली सासू खरंच बरी म्हणून तरी एवढं सांगतीया दुसरी कुनी आसती ना बयेऽ उभी

जाळून पेटीवली आसतीऽ तू नकू आन् तुझा न्हवरा बी नकू! काय जीवाची म्हमई करायची ती करा...''

सासूच्या अशा बोलण्यानं ती हबकूनच गेली. तोंडातला घास तोंडातच फिरत राहिला अन् तोंड कडूशार झालं. काय बोलावं तेच सुचेना. 'आतीबाय माराऽ अजून काय करून घ्याऽ वाटलंच तर तेल तापवा आन् त्यातला पैसा काढून घ्या, पर ह्यो जीव का खुडून टाकतायऽ तुमच्याच लेकराचा अंश उदरात वाढतोय अन् तुमी सौंशयाच्या भुंग्यानं त्याला पोखरून टाकताय!' सारं काही ओठावर येत होतं; पण शब्द फुटत नव्हता–

''नकू कवचाळपण दाखवूस-अशी सासू मिळाया भाग्य लागतं. गप मोकळी हुऽ न्हायतर कंबरड्यात लाथ घालून दीन म्हायेराला हाकलून-तुला कसं वाटतंय तीच बघऽ'' सासू लाह्या फुटाव्यात तसं बडबडत होती. पुढ्यात भाकरीची पितळी तशीच पडली होती. पोटातून सगळं ढवळून आलं अन् ती रेटा दऊन उठलीऽ दाराकडं जाताना तिनं देवळीत पाहिलं सासूनं ठेवलेली मुळी तिच्याकडं बघून विक्राळपणे हसत असल्यासारखी वाटत होती अन् अब्रूची राखणदार सासू तिच्यावर ध्यान ठेवून रखारखा पाहत होती

◆

आधार

तो तसा नात्यापुत्यात लौकरच पोचला; पण गावाकडं जाणारी मुक्कामाची गाडी खालून अकलूजाहून यायची होती आणि ती नेहमीप्रमाणं उशिरा आली. आल्यावर कंडक्टर, ड्रायव्हर अंधारात गुल झाले ते तासाभरानं उगवले; चांगला अंधार पडल्यावर आणि माणसं सगळी आंबून गेल्यावर गाडी गावाकडं निघाली. तशी मोजकीच माणसं उरली होती आणि नात्यापुत्याच्या स्टॅण्डवर पिचकाऱ्या आणि गप्पा हाणून कंटाळून गेली होती म्हणून आता गप्प होती, डुलक्या हाणत होती. चार-दोनजण दारू पिऊन फुल्ल होते आणि मधूनच मोठ्यांदा बोलत हसत होते. गावात गाडी पोहोचली त्या वेळी जेवणवेळ झाली होती आणि त्याला अजून रानातल्या वस्तीवर जायचे होते. त्याला आठवत होते तसे रानातच घर होते. गावात जागा होती. थोडेसे खण, दोन खण– घरही होते; पण कष्टाळू आई आणि भरमीट टाळक्याचा बा याच्यामुळे त्यांनी रानातच बिऱ्हाड केलेलं! तो शिकला, पुढच्या शिक्षणाला पुण्याला गेला, मोठा झाला; पैसा मिळवू लागला. आता गावात पाच-दहा खण बांधायची ऐपत आली तरी वडिलांनी कधी तो विचार केला नाही. ''करायचंय काय गावात? उगं न्हाई त्याची धुणी धूत! आपलं रानात बरं. राखण होतीया खातमूत वावरात पडतंय'' आता एक मुलगी होती ती नांदायला गेली, पोरगा शिकून शहरातच चिकटला, दोघंच–पण मळा सोडला नाही. तो एस. टी.तंन उतरला आणि सरावानं अंधारातून चालू लागला. अंधारातूनच कोणीतरी विचारलं, ''जाशील का रं? का येऊ घालवाय...?''

''जातू की. काय लांब हाय व्हय? आन् न्हेमीच्या पावलाखालचा रस्ता की वो'' त्यानं अंदाजानंच उत्तर दिलं. तसं गडी हसत म्हणाला, ''न्हेमीचा कुठला रंऽ तुम्ही आता पुण्याची मान्सं! दिव्याच्या लखलखाटात ऱ्हाणारी तवा आता आंधारात ठेचकाळणार, म्हणून इचारलं, बरं जा जा लई टायंब झाला!'' तो वस्तीवर आला तर सामसूम झालेली. पत्र टाकले होते; पण मिळाले असेलच याची खात्री नव्हती.

त्याची चाहूल लागताच कुत्रे भुंकले. जोरजोराने भुंकत त्याने वस्ती जागी करून सोडली. जनावरांची खसमस झाली, शेजारच्या दोन-तीन वस्त्यांवरची कुत्री भुंकू लागली आणि अंधाराला डोळे फुटल्यागत जाग आली. तो बांधावरच उभा राहिला आणि "आरं हाड हाड, करू लागला." टिप्या, यू यू आर वळकलं नाही का आं आये अशा हाका मारू लागला. त्याचा आवाज ऐकताच कुत्रा जरासं भुंकायचा बंद झाला, वस्तीवर चिमणी पेटली आणि वडिलांची हाक आली "कोण हाय रं?"

"मीच. आनंदा."

"आरं हाड हाड. ये ये. धरलाय कुत्र्याला, आयला माणसं बी वळखू यिनात व्हयं रं भडव्या" काही त्याला, काही कुत्र्याला असं बोलत वडील पुढं आले. तो बांध ओलांडून झपझप घराकडं गेला. धोतराच्या सोग्यानं उघडं अंग पुसत, पाठ खाजवत वडील म्हणाले, "लई रात केलीस. गाडी लेट आली का काय?"

"तर काय! आपली मुक्कामाची गाडी! तसा पुण्याहून नात्यापुत्यात लौकर आलतो पण..."

"कश्याला तकडनं यायचं! आपलं बारामतीवर्न यायचं. बारामती-कुरवली गाड्या लयी लौकर पोहोचत्यात. मागच्या बारीस मी तसाच आलो! जवळ बी पडतंय." बोलत बोलत ते दोघं वस्तीवर आले. तोपर्यंत आई उठून बसली होती. कंदील लावला होता आणि त्याचा भगभगीत पिवळा उजेड सगळीकडं पडला होता. कुत्रा पायात पायात करत होता. "ऊं-ऊं" त्याला बाजूला करत तो आत आला. पिशवी ठेवली आणि पाय पसरून बसला; तशी आई गुडघ्यावर हात रेटून उठली आणि म्हणाली, "बरी हायेत ना समदी? आसुतोश, इमल-आन सूनबाय? कवाशी निघालता रं? कळवायचं तरी"

"टाकलं होतं पत्र... मिळालं नाही?"

"उंद्या मिळंल बघ..." ती उठली. चुलीकडं जाऊ लागली तसं तो म्हणाला, "काय करायच्या भानगडीत पडू नगंस-मला काही एवढी भूक नाही. असंल तेच खातो आन् पडतो! जीव आंबून गेलाय बघ..."

"भाकरी हायत्या रं पर वाईच झुणका टाकती-आता व्हईल- हातपाय धू... का गरम करू पानी?"

"काय नगो! काय आसंल ती वाढ... केव्हा अंग टाकतो असं झालंय..." तो उठला; बाहेर जाऊन रांजणातल्या पाण्यानं हातपाय धुऊन आला. नाइलाज झाल्यासारखं मग आईनं जेवायला वाढलं. जेवता जेवता आईनं जुजबी विचारलं, त्यालाही तुटक उत्तरं दिली आणि चादर उशाला घेऊन लवंडलेल्या वडिलांनीही काही न बोलता ऐकून घेतली. काय बोलायचं ते उद्या बोलू असा पोक्त विचार करून तो जेवत राहिला. जेवण झाल्यावर आईनं आवराआवर केली अन् दोघं बापलेक बाहेर

अंगणात आले. रात्र बरीचशी निवळली होती. गार वारं सुटलं होतं. समोरच्या लिंबावर रातकिड्यांनी रिघाटी लावली होती. दूर कुठंतरी मधूनच कोल्ह्याची हू की हू उमटे, एखादा रातपक्षी पंख फडकवीत नेटाने आभाळातनं जाई आणि शेजारच्या ओढ्यातंन दगडाचा टिप्पीरा बसावा तशी टिटवी एकदम ओरडत उठे. दोघंही चूपचाप अंथरुणावर पडून राहिले. एकमेकांचा अंदाज घेतल्यागत... त्याला गारव्यानं आणि उघड्या आभाळाखाली लगेच झोप आली आणि काय काम काढून एकाएकी पोरगं आलं म्हणून विचार करता करता वडिलांचाही डोळा लागला. दावणीला गुरं सुस्कारे सोडत रवंथ करत राह्यली आणि इमानी कुत्रा मधूनच वस्तीला फेरा मारून एकडं तिकडं कानोसा घेत, कान टवकारत जागा राहिला. सकाळ झाली, तो उठला; ओढ्याच्या कडेला जाऊन आला. पिशवीतून पेस्ट काढून ब्रशावर घेऊन दात घासत बसला. आबांनी गुराखालची घाण काढली, आईनं पाणी गरम करायला ठेवलं. त्याचं लक्ष गेलं अन् तो चमकला; रात्री अंधारात नीट दिसलं नव्हतं. तो चाचपडतच आला होता. आताही वस्तीच्या पाठीमागूनच ओढ्याकडं गेला होता. त्यानं पाहिलं तर पाऊलवाट वस्तीपासूनच पडली होती. मधूनच रानातंन निघून पुढे रस्त्याला मिळत होती. लोकांनी शार्टकट पाडलेला दिसत होता. आपल्या आबांनी हे कसं काय सहन केलं याचा त्याला अचंबा वाटला. एवढ्याशा बांधासाठी त्यांनी भावकीशी केलेल्या मारामाऱ्या आणि भांडणं, कोर्ट-कचेऱ्या त्याला आठवल्या आणि आता वस्तीच्या जवळून चांगली रुळलेली पायवाट.. थेट रानातून निघून पुढं रस्त्याला मिळालेली होती. त्यानं आबाकडं पाहिलं... उतारवयाच्या खुणा शरीरावर जागोजागी दिसू लागल्या होत्या. चेहऱ्यावर सुरकुत्यांचं जाळं पसरलं होतं आणि मूळच्या तांबूस चेहऱ्यावर थोडीशी अगतिकतेची झावळ पडल्यासारखी वाटत होती. पूर्वीसारखा कणखरपणा जाणवत नव्हता, रग निमाल्यासारखी वाटत होती. त्यानं तोंडातला फेस थुंकला आणि आबांना म्हणाला, ''हे काय वो आबा?''

झाडता झाडता खराटा हातात घेऊन मुश्किलीनं सरळ होत आबांनी विचारलं, ''काय रं?''

''ही, ही वाट आपल्या रानातून...? डायरेक्ट मधूनच पडली की! आं?''

''व्हय. जात्याती माणसं-जरा जवळ पडतंय नव्हं का?'' त्याला आश्चर्य वाटले. आबांनी एवढ्या सहजपणे हे एवढे कसे काय सहन केले... वाट कशी काय पडून दिली- तेव्हढ्यात सायकलीला धोकटी अडकवून वाडीकडं जाणारा सदा न्हावी घंटा वाजवीत आला. थेट वस्तीपुढंच उतरला, ''रामराम आबा'' आणि त्याच्याकडं पाहत म्हणाला ''काय पुणेकर, कवा आलासा?''

''रामराम!'' आबा म्हणाले, ''आला राती''

''आसं व्हय! बरं चलतू वाडीला जायचंय? बरीच गिऱ्हायकं राह्यल्याती....

का करायची दाढी!''

''जा बाबा. तुझा घोटाळा नकू. बघू येताना दुपारच्या टायंबाला- जा.''

आबांनी सदाला घालवला. त्याने तोंड धुतले आणि टॉवेलने तोंड पुसत तो चहाच्या आशेनं चुलीकडं पाहू लागला. आबांनी खराटा टाकला अन् तेही हात झाडत येऊन बसले. त्याच्या चेहऱ्यावरचे आश्चर्य अजून ओसरले नव्हते; ते पाहून त्यांनीच पाय झटकत सुरुवात केली, ''आरं असं बघ आनंदा, तुला वाटलं आसलं, आबानं आसं कसं काय केलं? बांधापायी माराय उठणारा आबा आन् ही वाट... खरं हाय. पर आता हातपाय थकलं बाबा. हे एवढं गुरामागचं झाडून काढायचं तर पेकाट दम धरीना आन् पाय लटपटत्यात. त्यात वस्तीला आम्ही दोघंच- ती चांभाराची वस्ती हाय ती लांब वढ्याच्या कडंला आन् रणमोड्याची बी थ्या तकडं... रस्ता जातूय खरं पर त्योबी चार एकरावर्न, वस्तीला मुद्दाम वाट वाकडी केली तर माणूस येणार गा न्हायतर कोन कश्याला धडपडतंय... आन् आमी आसं आता म्हातारं झाल्यालो...''

आबांनीच विषय काढल्यावर त्याला हायसे वाटले. रातीपासून कसं बोलायचं याची मनाशी जुळवाजुळव करत राहिलेला आनंदा उत्साहानं पुढं सरकला आणि टॉवेल गळ्याभोवती गुंडाळत म्हणाला, ''तेच म्हणायला आलतो मी की, आता थकला तुम्ही. हातानं काय होत नाही अन् उगीच जिवाजी घालमेल. तेव्हा...'' त्यानं वाक्य अर्धवट सोडले, तेव्हढ्यात आईनं चहा आणून ठेवला आणि आबाला म्हणाली, ''तुम्ही वो? त्वांड धुतलं का न्हाई! च्या झालाया. या लगीच चूळ भरून.''

''आता आम्हाला काय दात हायीत का काय? नुस्ती चूळ भरायची–''

चहा पिता पिता धीर एकवटून तो म्हणाला, ''आबा यासाठीच आलतू मी''

नजर वर उचलीत आबांनी नुसतेच त्याच्याकडे पाहिले तसं तो आईकडं पाहत म्हणाला, ''दोघंही थकलात आता काय हुतंय तुमच्याच्यानं! दोघं आजारी पडला तर कोण बघणार हिथं? आणि हा पसारा सगळा– गुरंढोरं– आता काय निभतंय का तुमच्यानं?''

''मंग? म्हन्न काय?''

''म्हणणं काय- म्हणजे हेच की.. आपलं आता ही सगळं आवरावं म्हणतो मी. विकावं आन् खुशाल माझ्याकडं येऊन राहावं.'' भस्सदिशी त्यानं जे बोलायचं होतं ते बोलून टाकलं अन् आता काय प्रतिक्रया होतीय म्हणून तो बघत राहिला.

''ही सगळं इकायचं म्हन्तोस? वाडवडलांची इस्टन... ही काळी आय- आं?''

''काय वाडवडलांच्या इस्टेटीला धरून बसलाय आबा? तुमच्या हाडाची काडं झाली तरी काही उपेग आहे का? माणसं किती थोड्या कष्टांत लाखोपती होताहेत आणि आपण मरमर मरतूय तर अंगाला वस्त्र अन् खायला मिळायची मारामार- दरवर्षी

आपलं तोट्यात हायेच.. यंदा काय ''पाऊस न्हायी'' तर दुसऱ्या सालाला ''पीक रग्गड आलं पर भावच न्हायी.'' आबा, आपण या जल्मात तरी काय वर येणार नाही बघा– त्यापेक्षा याचे काय लाख-दोन लाख आले, बँकेत टाकले तर पैसा वाढत जातोय, पाऊस नकू आन पानी नकू. ठेव जाग्यावं! व्याजात टुमटुमीत राहाल!''

''आस्सं? म्हंजी हा इचार घिऊन आलायस व्हय? मला वाटलं... ''

''तुम्हाला काय वाटलं!''

''मला आपलं वाटलं... आपल्या हिरीत एखांदं बोळ घ्यावं, त्या वाघमोड्याला पन्नास फुटावं काय पानी लागलं म्हणतुयास. पाचची मोटार चालतीय मर्दा नुस्त्या बोळावर आपली तर हीर हाये. साठपा हाये. हिरीत बोळ घेतलं, देवदयेनं पानी लागलं आन् पाइपलाइन करून पानी त्या टोकाला काढलं की, दोन-तीन एकर ऊस जोपंल बघ. दोन-तीन एकर ऊस जोपला तर तीस-चाळीस हजाराला मराण न्हाई एकाच सालात अन् तुझं ही लाख-दोन लाख कुठं उडून जात्याल.. ''

आबांचा परंपरागत आशावाद आणि जमिनीवरची ओढ बघून तो थोडासा खट्टू झाला; पण त्यांच्या बोलण्यात पाणी लागलं तर... च्या गोष्टी आहेत हे ध्यानात येऊन तो पुढं होत म्हणाला,

''आवो, या पानी लागलं तरच्या गोष्टी! असल्या आशेवरच आपून जगतूय आन् टाचा घासत मरतोय. येईल ते वर्ष शेतकऱ्याला कर्जातच ढकलत चाललंय आबा! आपली शेती कधी फायद्यात यायची नाही. आपल्याकडं माल आला की चुतमारीचे भाव पाडून घेतेत आणि त्यांचा माल मात्र आपण ती म्हणतील त्या किंमतीला घ्यायचा!'' तो आवेशानं म्हणाला. तसं शांतपणे तंबाखू चोळत आबा म्हणाले,

''असंच असतंया बाबा.''

''असंच काय! म्हणूनच मी काय म्हणतो, म्हातारपणी उगं तुम्ही या फंदात पडू नका. माझ्याही जिवाला तिकडं घोर आणि तुमच्याही... एवढा बारदाना सांभाळणं होतंय का आता तुमच्याच्यानं?''

''मग काय करावं म्हणतोस?'' सगळं समजून न समजल्यासारखं करत आबा म्हणाले. तसं चिडल्यासारखं करत तो म्हणाला, ''आता सांग आई, रामाची सीता कोण ते आबान्ला!''

''आरं बाबा मी काय एवढा खुळा न्हाय- पर ही सगळं इकून काय करावं म्हणतो आम्ही?''

''तुम्ही माझ्याकडं यायचं- निवांत राहायचं, दोन टैम जेवायचं, हरीहरी करत राहायचं. वाटलं तर देहू-आळंदीला जाऊन यायचं- जवळच आहे-''

आई पुढं सरकत म्हणाली, ''तुझ्या तिथं एवढ्याशा दोन खोल्यांत कसं रं राहायचं बाबा? शेरवस्ती-आम्ही ही आसली गावरान मानसं–दोन खोल्या तुझ्या-औवं?''

विषय बरोबर वळणावर येतोय पाहत त्यानं सुरुवात केली, "तेच तर सगळं म्हणतोय मी- आसं करू..."

तो उत्साहानं सांगू लागला, "आता आहेत त्या दोन खोल्या तशा चांगल्याच आहेत गं आये. सगळी सोय आहे. काय? पण- पण माझं काय म्हन्नं, आता ही आपली सगळं इकलं का दोन-तीन लाखांला तरी मरण नाही, तर माझं जवळचं काय डिपॉझिट भरलेला काय असं मिळून आपण चार खोल्याचा ब्लॉकच घेऊन टाकू. मग तर काय पंचात नाही होणार? आं?"

"हां म्हंजी चार खोल्यांचं घर घेयाचं म्हणतूयास म्हण की!" आबा.

"हां तेच म्हणतोय मी- आपला स्वतःचा निवारा होईल. ओनरशिप म्हणतेत त्याला– आणि तुम्हीपण माझ्याजवळ राहाल. काही उरलेले पैसे बँकेत टाकू-व्याज येईल त्याच्यावर-" तो भरभर सांगू लागला.

"ही तुझी अक्कल न्हायी दिसत मला. सूनबायनं- भरवून पाठवल्यालं दिसतंया." आबांनी टाचणी लावली आणि त्याचा आशेनं फुगलेला फुगा फटदिशी फुटला-

"मला काय भोत समजता काय आबा? का मी काय नंदीबैल हाये-? आवो आता ही शेती हुणार हाय का तुमच्यानं! तुमची काळजी, इकडं पैसे पाठवायचे, मुलांची शिक्षणं, घरभाडं– मी आपला सगळ्या काळज्यांनी घेरून गेलोय.

- म्हणून मार्ग काढावा म्हटलं तर -

"आरं बाबा, एवढं वाटतंया तर आसं का करीनास!" आई म्हणाली, "आसुतोषला हितं का ठिवीनास साळंला! जाईल हिथनं गावात- काय लांब हाये व्हय? आन् आसुतोष हाय आपला असातसाच माझ्यावानी" आई कौतुकानं म्हणाली; पण आपला मुलगा असातसा आहे म्हणल्याचे त्याला आवडले नाही आणि मुलाला हिथे शाळेत ठेवून त्याचे वाटोळे करायचे! छेः! "हिथं काय शाळा आहे होय? कायतरीच-"

"का, तू न्हाई या साळेतनं शिकला? त्या येळेला तर कायबी नव्हतं की रं? आता हायस्कूल झालंय की - आन् न्हाय शिकला तर न्हाय शिकला-शेती तरी कुणी बघायची -" आबा. यांच्या डोक्यातंन शेतीचं खूळ जाणे कठीण आहे हे त्याने ओळखले; पण त्याला हा प्रश्न सोडवणे भागच होते. बायकोने ओनरशिपची भुणभुण मागे लावली होती आणि दर महिन्याला घरी पैसे पाठवणे आणि शेतीतले उत्पन्न यांचा ताळमेळ बसणे कठीण होत चालले होते, म्हणून तो मुद्दाम आला होता आणि काहीतरी निर्णय करूनच जायचा त्याचा विचार होता. आबा उठू लागले तसं तो थांबवत म्हणाला, "जरा बसा. पुन्हा माणसं आली, तुम्ही गुरं सोडून गेला की बोलायला जमायचं नाही. मग काय इचार करायचा?"

"कसला इचार? आरं आपलं वाडवडिलांचं गाव सोडून निर्वाशासारखं कुठं जातूस? आमची हाडं हिथंच निरा नदीला जायची! आमच्या माघारी काय करायचं

ते करा–"

"आरं असं बघ आनंदा!" आई दुमाला देत म्हणाली, "भावकीच्या उरावर आपून एवढ्या रांकेला संसार आणला. तुला शिकिवला, मोठा केला. आम्ही आज तू केवढा पगार मिळवितूस म्हणून ऊर काढून सांगतू- आता कळलं की इकतूयास तर भावकीला नुस्त्या उकळ्या फुटतील. आबाचा बारदाना उठला, तू बोलला न्हायी न्हवं रात्री गाडीत-? न्हायतर आतापतोर गावात नुस्ती हाळी झाली आसंल..."

"मी काय इतका येडा आहे का गं आये! पण आता तुम्ही उगंच जुन्या कल्पना उराशी धरून बसू नका."

"आरं, जुनं ते सोनं! एक साल काळी आय पिकली तर तुमचं लाखभर रुपयं कुणीकडं- पैसा काय टिकून ऱ्हातोय व्हय? मान्स कवडीकवडी करून जिमीनी घेत्याती, आन तू हाय ती इकायला निघालास! शाबास रं वाघरा!!"

आबा म्हणाले.

गुंठाभर जमीन नसलेली माणसं त्यानं पाहिली होती आणि उलाढाली करून लाखो रुपये कमावीतसुद्धा होती. त्यांचे जमिनीवाचून अडले नव्हते की पाऊस नाही पडला म्हणून चिंता नव्हती; पण जमिनीत घट्ट मुळं रोवून बसलेल्या आई-बापाना कसे समजावयाचे हा प्रश्नच होता. जमिनीच्या आलेल्या पैशातून एखादी रिक्षा घेतली, वारजे-शिवण्याकडं एखादी चाळ बांधली तरी भाडे चालू होईल! डिपॉझिटपोटीच पैसा वसूल होऊन बँकेत वाढत राहील आणि आबा-आई तिकडं निवांत रानातल्यागत राहू शकतील असा त्याचा चांगला होरा होता. आई-आबांचे आपल्या शहरी संसारात जमणे कठीण हेही त्याला समजून चुकले होते. गेल्या वेळी आई चार दिवसांकरिता आली तर घरात नुसता हलकल्लोळ उडवून देऊन गेली होती. आल्या आल्या रात्री जेवणं-खाणं झाली अन् बायकोनं भांडी आवरून ठेवली. आईनं बघितलं होतं बाथरूममधल्या नळाला पाणी आहे. उठत म्हणाली होती, "ठिवतीयास कशाला? चल, घासून टाकू. मी घासती तू खंगळ..." बायको हसू दाबत म्हणाली, "बाई आहे आत्याबाई! येईल ती सकाळी."

"आस्सं! म्हंजी कापडं धुवायला, भांडी घासायला बाई हाये म्हण की!"

"हो तर- येईल ना सकाळी!" तो म्हणाला. त्या वेळी गप्प बसली; पण अंथरुणावर पडल्यापडल्या आई त्याला म्हणाली होती, "काय वीस-पंचीस रुपये तरी घेत आसंल ना बायी?"

"का?"

"न्हवं. आपलं इचारलं. आरं, हिला काय काम हाये? घरात चोवीस तास पाणी हाय? तुम्हा दोघा-चौघांचं धुणं आन् भांडी हुयीनात व्हय रं? अशानं सौंसार करचीला"

- आईच्या वागण्यानं त्याला कानकोंड्यासारखे व्हायला झाले. दोन खोल्यांचा

पण चांगल्या वस्तीतला फ्लॅट होता. भाडे बरेच होते म्हणून तर बायकोनं ओनरशिपचा लकडा मागं लावला होता. आई आली त्याच्या दुसऱ्या दिवशीची गोष्ट.

समोरचे दार उघडे टाकून उंबऱ्यातच मिश्री लावत बसली. आता हे दिसायला किती विचित्र दिसत होते; पण आईला कसे म्हणायचे! निवांतपणे मिश्री लावून झाल्यावर तिथंच तिने हात झटकले अन् लुगड्याचा घोळ आवरत सैपाकघरात गेली. आईला सांगावेसे वाटले, हात धू, चूळ भरून तोंड धुऊन टाक... त्याने सांगितलेही; पण तिनं ते तसेच झटकून टाकल्यासारखं केलं.

''दात सळासळा करत्यात म्हणून उगं उलीसं चोळायचं. हात धुती बाबा, तुम्ही शेरातली माणसं.''

एकदा आपणच सैपाक करायचा म्हणून हट्ट धरून बसली अन् ह्या भाकरी थापून ठेवल्या. संध्याकाळी ह्याने विचारले, काही करायचे नाही का? तर बायको धुमसत म्हणाली, ''दोन दिवस पुरंल एवढं थापून ठेवलंय तुमच्या आईसाहेबांनी. बसा खात! नाहीतर गच्चीवर वाळवा तुकडे!'' बायको सांगत होती,

''अहो कसं समजून सांगायचं! तुम्ही एकदा बोला बरं त्यांना!''

''का गं? काय झालं!''

''काय झालं काय? दार तर उघडं टाकून बसतातच; पण शेजारापाजाऱ्यांच्या फालतू चौकशाही करत बसतात! आता आपल्या समोरच्या परांजपेवहिनी!''

''बरं, त्यांचं काय झालं?''

''त्यांचं नाही काय झालं! त्या घाई-गडबडीनं कामाला निघाल्या होत्या, पर्स घेऊन तर जिन्यातच त्यांना अडवलं, विचारतात काय, ''काय कामाला निघाला व्हय?'' त्या हसून म्हणाल्या,''हो की आजी,'' आता एवढ्यावर गप्प बसावं की नाही; यांची आपली सरबत्ती चालूच, ''लेकरंबाळं किती?''

''आहेत दोन आजी! एक मुलगा, एक मुलगी!''

''आप्रिशन केलं का?'' आता परांजपेबाई काय सांगणार ह्यांना- त्या तशाच निघाल्या तर कमरेची पिशवी काढून पावली की आठ आणे हातावर ठेवत त्यांना म्हणतात कशा, ''बाई, येताना तेव्हढी मिस्त्रीची पुडी आणचाल का? भवरा छाप मिस्त्री आना!''

''आता हे सगळं मला आपल्या घरात स्वच्छ ऐकू येत होतं आणि मेल्याहून मेल्यासारखं झालं मला! आवो विचारायचं काय, सांगायचं काय याचा अजिबात सेन्स नाही बघा- आता परांजपेवहिनी सगळ्या बिल्डिंगभर सांगत बसतील अन् मला तोंड दाखवणं मुश्कील होईल. आता तुम्ही किंवा मुलांनी खालनं आणून नसती का दिली मिश्रीची पुडी! का नको म्हणतोय आपण त्यांना!''

त्याला काय बोलावे ते सुचेना. आईला सांगण्यात काहीच अर्थ नव्हता.

मोकळ्या ढाकळ्या जगात वावरलेली ती- एकदा घरी आला तर आशुतोष रडत होता आणि बायको त्याला समजावत होती आणि आई आपली चिडीचूप होऊन मुकाटपणे बसलेली. त्याला पाहाताच आशुतोषने त्याच्याकडे झेप घेतली अन् तो त्याच्याकडे पाहू लागला. ''का गं, हा का रडत होता?... काय झालं!''

बायको काही न बोलता आईकडं एक दृष्टिक्षेप टाकून आत गेली. चहा करायला आणि आशुतोषनं रडत, हुंदके देत थोडसं जे सांगितलं त्यावरून त्याला कळलं ते असं की, आईनं त्याला ''तुझ्या डेडीला लई मारलंया बग! रगात आल्या, लई लोकांनी मारलंया,'' अशी गंमत करत सांगितलं होतं आणि ते बिचारं पोरगं ही चेष्टा आहे हे माहीत नसल्यानं रडायला लागलं होतं आणि आईला डॅडीकडं घेऊन चल, मला डॅडी दाखव म्हणत बसलं होतं. तो बरा लौकर घरी आला होता म्हणून, नाहीतर भलताच कालवा झाला असता.

गावात आयुष्यभर भांडणं, मारामाऱ्या आणि कटकटी ऐकलेल्या, केलेल्या आईला असल्या गमतीशिवाय इतर गमती सुचणेच अशक्य होते. त्याला स्वतःलाही आठवत होते की, कामाला आलेल्या आयाबाया उन्हाच्या वेळी भाकरी खायला वस्तीवर आल्या की, अशीच आपली गंमत करायच्या, ''तुझ्या आबाला लयी हाणलया, टाळकं फुटलंय, रगात निघालंय,''

पण आपण त्यांना पुरून उरायचो, ''ह्या, न्हाईच! आमच्या आबाला कोन मारतूय- त्येच्यायला, काय ताकत हाय!'' आस म्हणायचो आणि बायका फिदीफिदी हसायच्या. अलाबला घेऊन बोटं मोडायच्या; पण ते वेगळं हे वेगळं! आशुतोषला हे कळणे कठीण आणि त्याची मानसिकता आईला कळणे कठीण. घरातले सगळेच बदलून गेले होते.

आशुतोष, विमल बुजल्यासारखी झाली होती. बायको तर धुमसतच होती. आईनंच मग शहाणपणा दाखवला आणि दहा-पंधरा दिवस म्हणून राहायला आलेली आई आठ दिवसांतच माघारी गेली होती.

आबा कधीच यायला तयार व्हायचे नाहीत. गुरंढोरं असं काहीतरी कारण सांगून टाळायचे. त्यात त्यांना देवाधर्माचा असला काही नादही नव्हता, नाहीतर देहू-आळंदीला जायचे म्हणून तरी येणे झाले असते. एकदा शेंगाचं पोतं घेऊन आले. घरापर्यंत रिक्षा तर केलीच; पण शेंगाचं ठिकं डोक्यावर घेऊन सगळ्या इमारतीत फिरले. वरच्या मजल्यावरचं दार ठोठावून झाल्यावर मग एकदाची खोली सापडली अन् हुश्श करत खालीच बसले. ''आबा वर बसा हिथं'' सोफ्याकडं बोट दाखवत तो म्हणाला होता; पण तंबाखूची पुडी काढत, ऐसपैस बसत आबा म्हणाले, ''काय करायचंय! आधीच यष्टीत तंगड्या लांबकळून आवघडून गेलूया; त्यात पुनींदा तसंच बसू व्हय, बरं हाय ह्ये, गार बरं लागतंय.''

त्यांनी ऐसपैस पाय पसरले आणि ''ह्या, आं,'' करत आळस दिला. ''तंबाखू कशाला खाताय आबा, चहा ठेवलाय हिनं,'' म्हटल्यावर पुडी बाजूला ठेवली. चहा आला, घेतला अन् मग तंबाखू मळली, बार भरला आणि समाधानानं इकडं तिकडं बघत राह्यले. ''लई हिंडीवलं रिक्षावाल्यानं! शेवटी त्याला म्हणलू, 'ह्ये बघ, उगं हिकडंतकडं फिरीवचील तर मागनं गचुंडंच दाबीन– ल्योक हाय खंबीर सोडवून आणायला तुज्यायला.' उगं किडमिडंच हुतं– मंग आलं वठणीवर– हिथं आणून सोडलं आन् जी पळालं धुमाट..'' आबा गडगडून हसले आणि समोरच्या फ्लॅटमधून कोणीतरी दार हलकेच किलकिले करून बघून गेले. त्याच्या घराचे दार उघडेच होते. आबांनी बसल्या जागेवरूनच थोडे पुढे सरकून जिन्याच्या कोपऱ्यात पिचकारी मारली आणि गावाकडच्या गप्पा हाणू लागले. पंचायतीत साहेबराव वाघमोड्याच्या प्लॅनचा कसा धुल्ला झाला अन् आता आपल्याला रामभाऊ वाघमोड्यांचे 'बॅकीन' असल्यामुळे सगळी कशी टराटरा भितेत वगैरे चालू केले. बायकोने त्याला स्वैपाकघरात बोलावून सांगितले, ''हे जर अशाच पिचकाऱ्या मारत बसणार असतील तर मला येथे राहाणे कठीण आहे अन् तुम्हाला घराला रंग द्यायचीपण गरज नाही! तुम्ही अन् ते, बाप-लेक बसा गावाकडच्या गप्पा हाणत; मी जाते कशी माहेरी चार दिवस–''

त्यानं आबांना समजावून देण्याचा प्रयत्न केला म्हणजे असं की, आबा हे शहर आहे. तुम्ही तंबाखू खा, त्याला काही हरकत नाही; पण बाथरूममध्ये थुंकत जा, उगीच कुठंही पिचकाऱ्या मारू नका आणि कुणाच्या अंगावर उडालं तर वगैरे; पण आबांनी सकाळी उठल्याउठल्याच धोतर पिशवीत भरलं आणि त्याला ओरडून सांगितलं होतं, ''निघालू रं आंदा! उगं तुम्हाला लाज बी नकू बापाची– काय असलं तर पैसं दी भाड्याला न्हायतर त्याचीबी काय गरज न्हाई; जाईल चालत– काय आठ रोजात तरी पोहोचंन का न्हाय?''

अशा तऱ्हा होत्या आणि जमीन विकून जरी चार खोल्यांचा मोठा फ्लॅट घेतला तरी जमणे कठीणच होते; पण तिकडे वारज्याला चाळ वगैरे बांधून ठेवले तर मात्र बरे चालणार होते. पैसाही चालू राहिला असता आणि आपणाला आठवड्यातून दोन-तीनदा जाऊन भेटता आले असते. बँकेतही ठेव ठेवता आली असती. बायकोने हे सगळे नीट समजावून सांगितले होते. योजना तशी चांगली होती. नाही म्हटले तरी जमिनीचे चार-पाच लाख आले असते. लाख-सव्वा लाखात आहे हा फ्लॅटसुद्धा ओनरशिपने करून द्यायला मालक तयार होता. वारज्याची चाळ एक लाखापर्यंत; परत त्याचे डिपॉझिट वगैरे आले असतेच. राहिलेले बँकेत ठेवले तर महिन्याकाठी व्याज चालू झाले असते आणि व्याज, भाडे यांत टामटुमीत राहाता आले असते. सगळे बरे होते; पण म्हाताऱ्या माणसांना पटणे कठीण होते. झाडाची कोवळी फांदी नेऊन लावली तर चिकटते, पानं फुटतात; त्या वातावरणाशी समरसून वाढत

राहाते; पण जुनी खोडं! त्यांची पाळंमुळं घट्ट रोवलेली, जमिनीत लांबवर घुसलेली, मुदलात ती निघणं कठीण आणि समजा, दुसरीकडं लावली तरी फुटणं कठीण. ती वठूनच जायची. हे सगळं आठवूनही तो आबा अन् आईला समजावत राहिला. सगळे ऐकून घेऊन आबा उठले, "मग?" त्यानं विचारलं.

"कश्याचं?"

"आता इतका वेळ बोलून पण–"

"ह्ये बघ गड्या, शाप सांगतू आपल्याला काय शेरात येणं जमणार न्हायी.

आयपांढरी पोसायला खंबीर असताना उगं इकून दुसऱ्याच्या गावात निर्वाशी हून पडायचं! तुझं आपलं आसं हाय, गाडीचा कणा मोडा आन सुई करा! आपल्याला काय पटत न्हाय. तुला नसलं जमत तर पाठवतूस ती पैसे बी पाठवू नकूस! त्याची काय जर्वर न्हाई आमाला! तुमचं तुम्ही रामाचं राज्य करा! आमचं कसं बी भागंल आन् कुनी कळवलं म्हंजी या पानी पाजायाला शेवटाला." आबा तिरीमिरीत उठून बाहेर गेले. तो नाइलाज झाल्यासारखा बसून राहिला.

या अडाणी माणसांना कसे समजावून सांगावे या विचारात आईकडं पाहत राहिला. आई उठली आणि कामाला लागली. मग त्याला उदास उदास वाटू लागले. एरवी त्याला मळ्यात हिंडायला, गावात जाऊन बालपणीच्या दोस्तांशी गप्पा हाणण्यात, जुन्या आठवणी - नव्या भानगडी ऐकण्यात आनंद होई; पण सगळेच नकोसे झाले. हात हलवत परत गेल्यानंतर त्रासलेल्या आणि आपल्यात काही दम नाही अशा नजरेनं पाहणाऱ्या बायकोचा चेहरा त्याच्यासमोर आला आणि तो आणखी तो उदास झाला. उपरा असल्यासारखा तो बाहेर आला. अनोळखी नजरेनं तो आपल्या रानाकडं, वस्तीकडं पाहू लागला. आता त्याचे येथे काहीच काम उरले नव्हते. आपल्याला एखादा भाऊ असता तर बरे झाले असते असे त्याला वाटून गेले. म्हणजे वाटणी तरी मागता आली असती. आता वडिलांकडे कशी वाटणी मागायची? आणि तेही असल्या तापट डोक्याच्या..! दुसऱ्या दिवशी सकाळी तो निघाला त्या वेळी आई वाटेपर्यंत आली. सांभाळून ऱ्हावा, आसुतोषकडं नदर ठिवा, उगं भांडूबिंडू नका म्हणत– वडील तसेच दारात काहीतरी केल्यासारखे करत मुद्दाम बसून होते. कुत्रा पायाशी पायाशी करीत त्याच्यापुढं धावत होता. आईनेच त्यांना बोलावले, "आवं, पोटचा लेक दूरदूर निघाला. या की निघालाय त्यो, एवढा काय दुस्मन हाय का काय?" तसं अनिच्छेने ते बांधापर्यत आले. तो "येतो, सांभाळून राहा, कुणाकडून तरी लिहून पत्रं पाठवत जा." म्हणत गाडीची वेळ झाली म्हणून झपझप चालू लागला आणि वस्तीपासून पडलेल्या आडवाटेनं कोणी येतंया का हे आबा बघू लागले. ती पाऊलवाटच त्यांना आधार घेऊन येणार होती!

◆

झावळ

दिवस मावळून झावळ पडली तरी जयसिंग रानातनं आला नव्हता म्हणताना आबा काळजीत पडले. नांगूर चालला होता तरी इतक्या वेळ चालला असेल असं वाटत नव्हतं. एवढा कामाला हारवळ जयसिंग नव्हताच. काय घोटाळा झाला असावा, या विचारात आबा आपल्या लटपटत्या चालीनं आत-बाहेर करू लागले. गाडीचा कणा मोडला की चाकाचा चुरा झाला, काय समजाय मार्ग नव्हता. दावणीची दावी सापागत वळवळल्यासारखी वाटू लागली, वाडा ओकाबोका वाटू लागला. तेव्हढ्यात गाडी वाजली. अंधारात सावट घेत आबा ढेलजतंनच म्हणाले,

''कोन जैसिंगा का?''

''व्हय आबा, मीच हाय.''

''लेका, किती उशीर रा?' किनीट पडलं की!''

गाडीतनं उतरून आरुस, कासरे खुंटीवर अडकवत जयसिंग म्हणाला,

''आबा पाखऱ्या.''

''काय झालं रं पाखऱ्याला?'' त्यांनी अधीरतेनं विचारलं.

''काय न्हाई! तुरीचा सड लागल्यागत झालंऽ अजून टोपणं पडली न्हायती मधी आलेल्या लाळीपास्नऽ तसा पाय मुडापलाऽ मोडला नसलं म्हणा.'' बडबडत तो बाहेर गेला. गाडी सोडून शिपाई लावून बैलं आत आणली, दावणीला बांधून त्यांच्यापुढं वैरण टाकली अन् हातपाय धुऊ लागला. आबांच्या मनाची घालमेल झाली. ते ढेलजतनं उठून त्याच्या जवळ जात म्हणाले,

''मंग रं? कवाशी झालं आसं?''

''ही काय आता नांगूर सुटायच्या टैंबाला बसलाच. धड उठंना बी आन् कायच व्हईना च्यायला.'' आबांची तीन बैलं होती. आता अजून एक आणावा म्हणजे घरचाच चावऱ्या नांगूर होईल. कुणाला हिंग लावाय जायला नको. वारंगुळ्याच्या

फंदात पडाय नको असा बाप-लेकांचा विचार होता. त्यात असं झालेलं.

"आरंऽ मग माणसं बोलावून उठवायचा का न्हाई?"

"आता कुठं बघत बसायचं? आन् हाका मारत बसायचं! त्यात पाखऱ्याचं वय झाल्यालं; बोझ्झा तर थोडा हाय का आबा?"

"ती खरं... पण..." काय न सुचून आबा बोलले. दावणीकडं बघत ऱ्हायले एक दावं तसंच वळवळत पडलं होतं. जागा रिकामी होती. कायतरी कमी असल्यागत वाटत होतं. पाखऱ्या त्यांच्यात काम करून म्हातारा झाला होता. चिखलातनं गाडी काढायची असो, म्होरल्या वढीला नांगराला जुपोत. पाखऱ्या हयऽ म्हणलं की, पाखऱ्या नेटानं ताकदीवर गाडी काढीत असे. नांगराला मागं पडत नसे. आबांची त्याच्यावर लई माया! बैल उताराला लागला तरी अजून मेचत नव्हता तावीट होता. कोशा रंगाचा आताशी गबदूल झालेला, कसं काय पायात दुखावला आन् काय झालं कोणाला ठाऊक! लाळ आल्यापास्नं जरा गडाडलाच होता बाकी! तरी आबा म्हणत होते, 'नांगराची लई घाई करू नकूऽ आन् जुपायचाच तर अजून दोन बैलंवाला पैरेकरी बघऽ पाखऱ्याला जुपू नकू; पण आता आपलं ऐकतंय कोन?'

"आबा, तुमचं आपलं कायतरीच! आता का दावणीला बसवून वैरण घालायचं दिवस हैत? गोइंदाचा एक बैल हाय. त्याच्याकडनं वारंगुलाबी वसूल व्हायचायाऽ आन् आता कुठं नवीन सोयरीक बघत बसू? काय होत न्हाईऽ ढेकळानं टोपणं पडून जात्यालऽ"

"बरं बाबा, बघा तुमच्या ह्यानंऽ" कर्तुकीला आलेल्या पोराला काय सांगणार?... अन् आता हे असं...

"आरं मंग बैल तिथंच सोडून आलास व्हय?" परत आबांनी तेच विचारल्यावर चिडल्यागत करून जयसिंग म्हणाला,

"मंग सांगतूय काय मघाधरनं! उठंनाच जाग्यावरनं."

"मस हाणून बघितलाऽ एसणीला धरून उठवलाऽ पर त्याचा पायच दुखावलाय."

"अराराऽ मग तिथं रानातच सोडून आला व्हय!"

"मंग काय करणार?"

"आर माणसं बघून, खंदील घेवून जावावंऽ एकटा बैल तिथं म्हणल्यावरऽ उठवाय पायजे. आणाय पायजे घराकडं."

"आबा कायतरीच असतया तुमचं. आता कुठं गडी बघायचं? सगळी रानावनातनं दमून आल्यालीऽ बरं, जवळ हाय का आपलं रान? पार त्या खोपाडातऽ आन् उठवून तरी त्याला काय घरी आणता येतूय का काय? इनाकारण तापद्रा करून घेयाची."

"आर पर तसल्या खोपाडात एकटाच बैल."

"त्याला काय हुतंय? त्याला काय वाघबिघ आलाय व्हय खायला? मकवाण टाकलंय म्होरं."

आबांच्या जीवाची घालमेल झाली. मकवाण टाकलं तरी काय झालं? तसल्या ओसाड, खोपाडात एकट्यानं रात्र काढायची म्हणल्यावर? त्यात पाय दुखत असेल... बघाय पायजे. घरी आणला असता तर शेकून काय तरी बांधलं असतं... त्याचा काय आन् आपला काय जीव तिथून सारखाच... नाही म्हणलं तरी अजून गारठा हुताच. तूर निघाली की जयसिंगानं घाई करून नांगूर जुंपला होता. रात्र चढली की गार लहर सुटत होती. गारठ्यानं अंग आकडत होतं. कशी रात्र काढावी पाखऱ्यानं? मोठा सुस्कारा टाकून आबा 'इठ्ठला पांडुरंगा' करीत बाजेवर बसले. जयसिंगानं पेंडीची घमेली बैलापुढं ठेवली अन् चरवी घेऊन तो बाहेरच्या छपरात धार काढायला गेला. धारापाणी झालं, भाकरी झाल्या, जेवायची वेळ झाली. अनिच्छेनं आबांनी हात धुतला. जेवताना सभागती बोलल्यागत बायकोला म्हणाला,

"आवो, पाखऱ्या दुखावलाऽ पाय मोडला का काय कुणाला ठावऽ ऱ्हायला रानातच..."

"काय एकेक कमी हाय म्हणून मागं लागलंऽ त्याला आणखी काय ना बाय बघायचं आलं." भाकरी मोडून वाढत यश्वदाबाई म्हणाल्या.

"तर काय, अगूदर वय झालेलं. आता ह्या वयात पाय बरा व्हायचा म्हंणजी... तरी मी सांगत हुतू की बाबा, लाळीतच उठळ्याती बैलं."

"आवो, मंग धंदा उरावर येतूय त्याचं काय? तकडनं बी तुम्ही फिनफिन करता जगाच्या सरकी लावून झाल्या, त्या फलाण्याची पळाटी औषिधाला आली... आन् आता आसं हुईल म्हणून काय सपान पडलं हुतं?" जयसिंगा चिडल्यागत म्हणाला.

"आरं बाबा, धंद्याएकी न्हाई माझं म्हणणं! बैल दुखावल्याचं सांगत हुतो– वय झालेलं हाय पोरा! खरं तर त्याचं दावणीला बसून खायचं दिवस पर आपून आपलं डोळ्यांवर कातडं वढून त्याच्याकडनं कष्ट करून घेतूय."

"काय न्हाय एवढा थकील झालाऽ आव, आता दिस ऱ्हायलं न्हाईत आबा बसून खायला घालायचं." जयसिंगा सहज बोलून गेला अन् आबाला वर्मी घाव बसल्यागत झालं. तो आपल्यालाच बोलल्यागत वाटलं. गपदिशी तांब्या तोंडाला लावून त्यांनी विषय गिळला. त्यानला पुढं तुकडा मोडवना. कशीतरी भाकरी संपवली आणि त्यांनी चूळ भरली. "आवो, आज कायच जेवला न्हाईसा" म्हणणाऱ्या यश्वदाबाईंना "न्हाय, आज भूकच न्हाई" म्हणत ते बाहेर आले. सोग्याला हात पुसत बाजेवर टेकले.

जयसिंगानं जेवण उरकलं; हासहुस करत डोक्यावरची टोपी सारखी केली अन् "जरा बघतू कोन उद्या मिळतंया का आन् मारुती दोलताड्याला बी बघून येतू, म्हंजी

उंद्या पाय बांधील त्यो'' म्हणत बाहेर गेला.

सासू-सुनानी जेवणं आटोपली. भांड्याचा पाळा बाहेर आणला. कंदील तुळशीच्या कट्ट्यावर आणून ठेवला आणि त्या भांडी घासू लागल्या.

"आज बुचं दावतंय न्हाई?'' आबानी विचारलं तसं दंडाना तोंडाला घासत यश्वदाबाई म्हणाल्या,

"पडा आता... जयसिंग त्याच घोरात हायऽ आता उंद्या नांगराचा घोटाळा झालायऽ अजून कुणाचा तरी बैल बघावा लागेल...''

ह्याना धंद्याची काळजी, म्हणताना 'हरे रामाऽ' करून ते बाजेवर कलंडले. बराच वेळ उलघाल होत ऱ्हायली. बैलं चिपाडं फोडत होती, सुस्कारत होती. वर चान्न्या मिचमिचत होत्या. गारठ्याची लहर सळसळत होती आणि आबांच्या डोळ्यांपुढं एकाकी, गावाकडं डोळं लावून बसलेला पाखऱ्या उभा राहात होता. उशिरानं त्यांचा डोळा लागला.

सकाळ झाली तशी आबा उठले. टमरेल भरून घेतलं अन् निघाले ते थेट रानाकडं. गार लहर सुटली होती. ज्वारीच्या काढण्या चालू झाल्या होत्या. कुठूनतरी भलरी कानावर येत होती. ओढ्यातोढ्यातनं चित्तुरानी कालवा सुरू केला होता. चिवळं उसाच्या फडातच चिवचिवत होती. कावळे झपाट्याने निघाले होते.

आबा रानात आले. पाखऱ्या बैलानं मकवाणाचा राडा करून टाकला होता. तुरीच्या सडातच बसल्यानं त्याला धड हालचालही करता येत नव्हती. मकवाणातच हागून सगळा चेंद झाला होता. आबा दिसल्याबरोबर पाखऱ्या हलला. उठायसाठी धडपडू लागला. शरीराच्या बोजामुळे त्याला ते जमलं नाही. आबांनी त्याच्याकडं पाहिलं, बैल त्यांच्याकडंच बघत होता. एका डोळ्यातून पाण्याच्या धारा लागल्या होत्या. गारठ्यानं असेल कदाचित; पण आबांच्या काळजाला भिडून गेला. त्यांना वाटलं, पाखऱ्या म्हणतूय... मला पायाला लागलं अन् वनवाशागत हिथं रानावनात टाकून गेली सगळी. मी तुमच्यात राबराब राबलू काय उपयोग? रातभर घुबडं ओरडत्यातऽ टिटवी डोक्यावर्न जातीय, लांब पिपळाच्या मळ्यातला पिंगळा बोलतूय; जीवाचा थरकाप हुतोय अन् पायाला ठणका लागलाय...

"आराराऽ काय दशा रं तुझी.'' म्हणत आबानी टमरेल बाजूला ठेवलं. धोतराचा खोचा खवला आणि चिपाडं, घाण सगळी बाजूला काढली. शेण बाजूला केलं अन् त्याच्या डोक्यावरून हात फिरवला. पाळी खाजवली तसं बैल धडपडला, उठायची धडपड करू लागला; "आर आर गपऽ तसं न्हाय उठाय यायचं...''

आबा त्याच्या आजूबाजूला फिरत राहिले. बघता बघता दिवस चांगला कासराभर वर आला. तसं जयसिंग गावाकडनं माणसं घेऊन आला.

"आबा! तुम्ही हिकडं हाय व्हय? घरी वाट बघत्यात, परसाकडला आला ती

हिकडंच. जावा आता, आम्ही बघतू ह्याला. हिच्यायला आजचा दिवस गेलाच ह्याच्या उसाभरीत... नांगराचा घोटाळा झाला तो झाला...''

जयसिंग कुरकुरला तसं आबांनी टमरेल उचललं अन् मुकाटपणी गावाकडं चालू लागले.

पाखऱ्या वाड्यात आला. दोलताड्यानं पाय बांधला.

आबा दिवसभर त्याची उसाभर करू लागले. शेण काढायचं, त्याच्यापुढं वैरण टाकायची, वाढं टाकायचं, पाणी दाखवायचं, स्वच्छता ठेवायची. वशिंडावरन हात फिरव, कानाची पाळी खाजव, शिंगात खाजव त्यांचा दिवस बरा जायचा. पाखऱ्यालाही बरं वाटायचं.

काही दिवसांनी पाखऱ्या जरा जरा उभा राहू लागला. आबदार पाय टेकवू लागला, तरी अजून म्हणावं तसं चांगला नीट झाला नव्हता. आता या वयात बरं होणं कठीणच. सड लागलेली जखमही भरून आली. आबांनी फिनेलचा मारा ठेवला होता. किडे होऊन दिले नव्हते; त्यामुळे लवकर बरी झाली तरी गाडं गडाडलंच. एकूण चालायला लागला तरी तो पाय ओढल्यागत दिसायचा...

''आयला, या कातड्यानं काव आणलायऽ धंद्याच्या ऐन नशीला घोटाळा केला.'' असं जयसिंग म्हणायचा तसं आबांचं काळीज कापत जायचं. 'आर, त्येन काय मुद्दाम दुखणं काढून घेतलंय का?' असं म्हणावंसं वाटायचं. आपण अपराधी असल्यागत त्यांना वाटायचं.

पाखऱ्या जरा बरा चालायला लागला तसं एके दिवशी जयसिंग सहज म्हणल्यागत म्हणाला, 'या गुरुवारी नेवावा ह्याला बारामतीला...''

''काय?'' दचकून आबांनी विचारलं.

''पाखऱ्याला न्यावावा आन् काय? आता काय त्यो नांगराला चालतूय का काय? उगं खायला कार आन् धरणीला भार.''

''आर पर, म्हणून काय बाजार दाखवतूस?''

''मग काय ह्याला दावणीला बसवून खायला घालायचं? आन् नांगराचं काय करायचं? दिवस कसलं पडलेत. आस बसून पोसायला जहागिऱ्या उतू चालल्या न्हाईत...''

''आर पण हिऱ्या आन् मास्तऱ्या हायेतच की, दोन बैलवाल्याचा वारंगुळा धर आन् काढ नांगरट; म्हातारा झालाय पाखऱ्या, त्येला कुठलं रं गिऱ्हाईक! खाईल चिपाडचापाडं बैलाम्होरली...''

''अवो, कुठलं चिपाडचापाड आता उन्हाळ्यात हाय हीच जित्राबं सांभाळता सांभाळता नाकीनव येतीलऽ यंदा काय दुष्काळानं कडबा तरी हाय?'' जयसिंग म्हणाला.

"म्हणून काय बाजार दाखवायचा व्हय?"

"मग काय करावं म्हणता?" जयसिंग असं आडव्यात शिरल्यागत बोलू लागल्यावर आबाच आपले गप्प झाले.

तरण्या पोराचं, कर्तुकीला आलेल्याचं असलं बोलणं ऐकून आबा सैरभैर झाले. जीवाला खाऊन घेऊ लागले. पाखऱ्याच्या ठिकाणी स्वतःला पाहू लागले. आता काय उपेग हाय ह्याचा, निस्ता खायला कार आन् धरणीला भार ही जयसिंगाची वाक्यं त्यांचं काळीज कुरतडू लागली. रात्री मधूनच आबा जागे व्हायचे, बाजेवर बसून राह्यचे. गोठ्यातनं बैलांचे लांबलचक सुस्कारे ऐकू यायचे. दूर कुठंतरी टिटवी ओरडत जायची. घनगंभीर शांततेत पाखऱ्याचे ऐन उमेदीतले, त्याच्याबरोबर आपल्याही कर्तुकीतले क्षण आठवायचे. आपला उपयोग संपला. आपणही आता नावनाव नुसतं खायला कारच होऊ राहणार. अजून हातपाय धड हायेत म्हणून हिंडतोय - फिरतोय; पण एकदा का धरणीला पडलं की, आपलेसुद्धा हाल कुत्रं खाणार नाही. पोरगा म्हणणाराच असा म्हणल्यावर सून तर काय... म्हातारपण आणि कुतरपण सारखंच असतंया... येता-जाता म्हाताऱ्यानं का काव आणलाय... माशा घोंगावतेत– ऐकायला कमी येतंय्, डोळ्यानं दिसायचं कमी आलंय्... कोण विचारणार या धबडग्यात... अशा विचारानं आबांचं काळीज करपून जाई...

पुढचं समोर दिसून मन उदास होई... नदीवरल्या कुंडात पाणी आपटत असे. त्याचा घनगंभीर आवाज वाऱ्याच्या झोताबरोबर मधूनच कानावर येई अन् विषण्णतेत भर पडे. कुठंतरी एखादाच कावळा अपरात्री कावकाव करी अन् एकलेपणात भर पडे.. कसेतरी आबा परत बाजेवर कलंडत, रामा रामा करीत; पण त्यांच्या डोळ्यांसमोरून बाजाराला ओढत नेत असलेला केविलवाणा पाखऱ्या हलत नसे... कुंडात आदळणारे पाणी गरगर फिरत भवरे निर्माण करी अन् फेसाळणाऱ्या पाण्यात कुंडाचा अंत लागू नये असे वाटे. ते सगळं पाणी महामूर होऊन अंगावर आल्यागत वाटे... अन् ते ह्या कुशीवरून तळमळत पडून राहात, मधूनच उठून बैलापुढं वैरण टाकत. पाखऱ्याच्या पाठीवरून हात फिरवत. याचे आता थोडे दिवस राहिले. अजून दोन-चार दिवसानं हा आता आपल्याला दिसणार नाही– याचं काम संपलं, याचा उपयोग संपला; काम होत नाही तर यानं जगावं कशाला, खायला कार... हो सगळे शब्द पुनःपुन्हा त्यांच्या डोक्यात घणासारखे घाव घालत... नकळत आपलेही पुढचे दिवस समोर उभे राहात... या घरात आपले असेच हाल होणारेत, याची त्यांना टक्क जाणीव होई... पाखऱ्याचं बरं, निदान त्याला बाजार तरी दाखवतोय, आपण मात्र पिचत राहू, म्हातारं मरत कसं नाही म्हणायलासुद्धा कमी करणार नाहीत ही उलट्या काळजाची माणसं अन् आपण गारगोटल्या डोळ्यांनी, किवंड्या कानात तुरकाटीसारखे पाय छातीशी घेऊन गुडघेमिठी सोसत राहू... त्यांची झोपच पळून

जाई आणि हाऽ एवढा मोठा वाडा भूत होऊन अंगावर आल्यागत वाटे...

बुधवार आला अन् जयसिंगानं बारामतीला जायची तयारी केली. आबांचं त्यानं जाम ऐकलं नाही. असं सगळ्यान्ला पोसत बसायचं म्हटल्यावर रानं विकावी लागतील म्हणाला.

"तुमी का उगं तरास करून घेताय, त्याचा तो बघुतुयऽ आपलं दोन टाइम जेवावं, रानात जावं वाटलं तर जाऊन यावावं, न्हायतर देवळात जावावंऽ माणसं या वयात हरीहरी करतेत, देवधर्माच्या नादाला लागतेत अन् तुमचा अजून संसारातला पाय निघनाऽ" फणकाऱ्यानं यश्वदाबाई म्हणाल्या.

आता देव आन् धर्म काय वायला असतो. आपल्या डोळ्यांदेखत अश्राप जीवाला, तुमच्यात वैरणीवारी राबराब राबलेल्या जित्राबाला तुम्ही खाटकाला विकताय. उद्या म्हाताऱ्यांना पण असंच म्हणाल अन् ही बावळी मलाच शिकवतीय, दोन टैंब जेवावं, देवळात जावावं; पण ते काही बोलले नाहीत. माय-लेकरांचा एक विचार झालेला दिसतोय. आपली सद्दी संपलीय, कारभारपण लेकाच्या हातात गेलाय. आपण आपलं पाखऱ्यागत गप पडून राहायचं आन् मरणाची वाट पाहायची, कारण आपल्याला त्यांना कुठं नेऊन विकता येत नाही ना. ते गपगप झाले.

जयसिंगानं गाडी जुंपली. पाखऱ्याला मागं बांधला. जनावराला तरी कळतंय कसं बघाऽ थटून राहिलं.. पायच उचलेना, मुंडी हलवत घराकडं बघू लागलं; तसं बरोबरच्या सदाच्या हातात कासरा देत जयसिंगानं गाडीतनं खाली उडी टाकली अन् आसडाचा फटकारा ओढत म्हणाला, "ह्येच्यायला, ही असंच ताप देणार बघ सदाऽ धड पाय उचलायचं न्हाई अन् चालायचं न्हाई डंगारऽ"

पाखऱ्यानं अंग हलवलं अन् भरल्या डोळ्यांनं आबांकडे पाहिलं, त्याचे काळ्याशार पाण्याच्या शांत डोहासारखे डोळे पाहून आबांना त्याचा मूक हुंदका स्पष्ट ऐकू आला आणि त्यांनी लटपटत मान फिरवली. परत आसडाचा फटका बसल्यावर आणि गाडीचा हिसका बसल्यावर बैल विचित्र आवाजात रेकलं, फळाफळा मुतलं अन् ओढ खात गाडीमागनं मुकाटपण चालू लागलं. ह्याच पाखऱ्याची डरकी नदीतनं गावापर्यंत घुमत असे. तोच पाखऱ्या दीनवाणेपणानं हंबारला आन् मुकाट्यानं बाजारची वाट चालू लागला.

...झावळ पडली, गड्यानं धारापणी काढल्या, कंदील लागले. वाडा उदासवाणा झाला... दावण रिकामी पडलीय...आबा त्या रात्री जेवले नाहीत. समोर सारखा हंबरणारा, फळफळ मुतणारा पाखऱ्या उभा राही... सासू-सुनांनी जेवून घेतलं. भांडीकुंडी आवरली, बाजेवर घोंगडी, चादर टाकून दिली अन् सगळीकडे सामसूम झाली. दूर कुठंतरी एखादं कुत्रं गळा काढून रडे... आबांच्या जीवाची काहिली सुरू झाली. घालमेल सुरू झाली. आपलं पुढचं केविलवाणं आयुष्य समोर उभं राहू

लागलं. रात्रीनरात्री जागून जे विचार मनाला कुरतडत होते, तेच आता अक्राळ विक्राळ होऊन समोर फेर धरू लागले.

पागोळ्या फडफडू लागल्या.

बेटातनं घुबडाचा घुघुऽघू आवाज ऐकू येऊ लागला. मध्येच अचानक दगडाचा टिपीरा बसावा तशी टिटवी ओरडत उठली अन् डोक्यावरून उडत गेली. पुन्हा माघारी आली. दूर पिंपळ सळसळला अन् त्याच्यावरचा पिंगळा ओरडला.

आबांच्या आयुष्यातली झावळ त्यांच्या पुढे गडद होऊन उभी राहिली अन् टक्क डोळ्यांनी आबा मोकळी दावण पाहत राहिले...

◆

चक्रव्यूह

"अण्णा."

"काय रं?" बाजेवर आलकट-पालकट घालून बसलेल्या साहेबराव वाघमोड्यांनी खाली पाय सोडत विचारलं, तसं झाडायचं अर्धवट सोडून खराटा हातात उभा धरून रुमाल्या जवळ आला.

"काय म्हणतूंस?"

"वाईच..."

"आरं, काय वाईच? उगं पाघूळ लावू नगूस. तुझं बी काम मस पडलंय आन् मला बी धंदे हायेत. बोल चाट्‌दिशी–"

"न्हायऽ पंचवीसएक रुपय पायजे हुतं." खराटा आळपल्यागत करून खालच्या नजरेनं रुमाल्या म्हणाला.

तसं उठून उभे राहात, हातातील टोपी आबदार डोक्यावर ठेवत साहेबराव अण्णा तडकल्यागत म्हणाले, "आता आणि कशाला पायजेत? परवा तर लेका उचल दिली की रं! सारखं सारखं पैसं म्हंजी काय झाड लागलंय का लाटरी फुटलीय मला? आं? आता काय न्हाय कापसापत्तूर."

"असं नका करूऽ एवढी येळ तरी भागवायला पायजेऽ"

"भागवाय पायजे म्हंजी? आरं, पैसा आनायचा कुठून? आन् तुम्हाला काय लेकानू धारबोळ? निघतूंय म्हणलं की उपस पैसा! किती का उचेल व्हयीना!"

"न्हाय अण्णा– नस्तं मागितलं पर काय विलाजच न्हायऽ इलासच्या वह्या-पुस्तकाला लागायचेतऽ आमच्या घर परपंचाला आसतं तर नका देऊ, पर साळंच काम हायऽ"

"आरं मग त्याला इतकं कशाला?"

"आता आठवीत गेला नव्हं का? गुरजींनी बरंच कायबाय सांगितलंयऽ त्याबिगर वर्गातबी बसू देत न्हाय वो!"

"आठवीला गेला का इलाशा?"

"व्हय की– आपल्या पायाच्या पुण्याईनं शिकतूंय भाऊऽ आमच्या हाती शेपट मोडायची आली, पर त्याच्यावर ती येळ येऊने. आयबाच्या म्हाघारी मला बघिटलं न्हाई असं बी म्हणूने त्यानं मोठेपणी, म्हणून कंबर बांधायची! हाय काय, न्हाय काय?"

"आठवी म्हणल्यावर– सातवी पास झाला म्हण की!"

"व्हय की" रुमाल्या दोन पायांवर टेकला. खराटा नमस्कार केल्यासारखा धरून, तसं गडबडीनं हलत अण्णा म्हणाले, 'बरं, बरंऽ ही झाडलोट आवर लौकर. अजून धारापानी व्हायचंय्. उरकाय पायजे. सगळं झाल्यावर ये घराकडं. बघू काय तरी."

"लई उपकार व्हतील."

"आरं, पर एवढी उराला वाळू लावून शिकवायचं काय नडलंय व्हय? आन् शिकून तरी काय नोकऱ्या पडल्याईऽत उगं झिज्यापकाड फिरतेतेच कां गावातनं! त्यापेक्षा कामाला लावलंस तर तारांबळ तरी कमी हुईल म्हणतो मी."

"आता कसं करता अण्णा! सांगितलं नव्हं घट जीव करून डोळ्यांवर कातडं वढून शिकवायचं बगाऽ म्होरं त्यो आन् त्याचं नसीब!"

"बरं बरं उरक, नितरास झाडून घे. चिपाडं गोळा करून नीट ठीवऽ गुरं फोडत्यात रातच्यालाऽ बैलास्नी कडवळ कापून टाक," असं म्हणत अण्णांनी बहिर्दिशेचं डबडं उचललं अन् घराकडे गेले.

झाडलोट झाली. चिपाडं वेचून नीट ठेवली. कडवळ कापून बैलापुढं टाकलं. धारा झाल्या. दत्तूअप्पांना धारा काढण्यात मदत केली. दुधाची मोठी चरवी हातात घेत बादली रुमाल्याकडं देत दत्तू 'चल' म्हणाला, तसं रुमाल्या घाईगडबडीनं त्याच्यामागं निघाला. जाताजाता अप्पा तेव्हढं अण्णास्नी सांग. गुरुजी वर्गात बसू दीना. म्हणतूय, लेका भाऊ अण्णांच्याकडं कामाला, आन् तुला रं काय कमी?"

"असं म्हणतोय?" दत्तू म्हणाला, "कोणता गुरुजी हाय रं?"

सटपटत रुमाल्या म्हणाला, "आता मला तरी त्यांची नावं कुठं म्हायती हायेत? पर इलाश्या सांगत हुता ते म्हणालू."

घर आलं. दत्तूनं कासंडी, बादली आत नेऊन ठेवली. रांजणातल्या पाण्यानं हात धुतले. कडेला बंब पेटला होता. त्याचा धूर सगळीकडे झाला होता. कोंबड्या क्लकक्लक करत गोतावळ्यासहित अंगणात फिरत होत्या. सैपाकघराच्या खोलीतनं कपबशांचा किणकिणाट ऐकू येत होता. रुमाल्यानं चहाच्या आशेनं चिकट झालेल्या ओठावरून जीभ फिरवली. हात झटकत तो तसाच बघत उभा राहिला.

दत्तू ओठाला लागलेली दुधाची मिशी पुसत बाहेर आला.

"रुमाल्या, अण्णा त्या खोलीत बसल्यात. तिकडंच बोलीवत्यात बग."

लागूनच अण्णांनी बैठकीची खोली काढली होती. चार-दोन पुढाऱ्यांचे फोटो,

देवांचे फोटो ओळीनं लावले होते. रुमाल्या दारातून डोकावला, अण्णा न्हाव्यापुढं बसले होते. न्हावी एका हातानं चेहरा धरून दाढीवरनं वस्तरा फिरवत होता. उभ्या केलेल्या एका गुडघ्यावर साबणाचा फेस निरपत होता. हातानं तोंड धरलेलं असल्यामुळं जरा वेळ अण्णांना काहीच बोलता आलं नाही. त्यांनी तोंडानं नुसताच चमत्कारिक आवाज काढला तसं न्हाव्याला वाटलं, अण्णा आरसा मागताहेत, म्हणून त्यानं लगबगीनं धोकटीतनं पारा उडालेला आरसा काढून त्यांच्या हातात ठेवला. तसल्या त्या आरशात मग अण्णा आपला चेहरा न्याहाळण्यात बुडून गेले.

रुमाल्या उभा राहून ताटकळला. मग हलकेच उंबऱ्यातनं तो आत आला. हळूच दोन पायांवर टेकला. उगाचच हातात लिंबाची काडी घेऊन मोडत राहिला. मग त्याच काडीनं दात कोरू लागला.

अण्णांची दाढी झाली. हातापायाची नखं काढून झाली. न्हाव्यानं मागं जाऊन हातांची मिठी घालून अण्णांची हाडं मोडली. "हांगाऽश्शाऽ, बायली ह्या उन्हाळ्यानं आन् फाटंचं गार वारं सुटतंय त्येन आंगच धरतं; बरं झालं, मोकळं झालं. आता डोक्याला वाईच मालीश झालं की बास!" आन् मग त्यांनी आत बघत हाळी दिली, "वाईच खोबरेल तेलाची वाटी द्या बरं भाहीर लावून." तसं पाटलीणबाईच तेलाची वाटी घेऊन आल्या. तेलाची वाटी खाली ठेवता ठेवता त्यांचं लक्ष रुमाल्याकडं गेलं.

"का रं? रुमाल्या का येऊन बसलायस?" त्यांनी एकदा रुमाल्याला तर एकदा पाटलांना असे दोन्ही प्रश्न एकदमच टाकले.

"आलतूऽ हऽ हऽ" रुमाल्या नुसताच हसला.

"उचल पायजेऽ दुसरं काय?" पाटील डोकं चोळून घेत म्हणाले.

"उचल? आरं परवा तर समदं सामान दिलं की रं तुला! आता आणीख काय रोजरोज!"

"काय नेलं म्हंता?" पाटलांनी विचारलं.

"तिखटा-मीठापास्नं सगळं पुरवावं लागतंय तरी बी व्हकव्हक हायेचऽ" पाटलीणबाईंनी न्हाव्याकडं बघत माहिती पुरवली. न्हावी दोन्ही बोटांनी डोक्यावर ताल धरत म्हणाला, "का रं रुमाल्या, लेका आपूनबी हाथरुण पाहून पाय पसरावं! आँ?"

"आता बगा परवाच समदं नेलं! त्याल, डाळी, झालं तर जवारी. आता आज काय बाबा?" पाटलीणबाई म्हणाल्या.

"आता पैसं पायजेत– " पाटील.

"आता पैसं कशाला?"

"भावाच्या वह्या पुस्तकाला– त्यांचा भाऊ हैस्कुलात जातूय."

"बघा बयाऽ लग्नाची उचल आहे. शिवाय रुटूगुठू लागलं की न्हेतेतच. अशानं

म्हशीपेक्षा रेडकू मोठं व्हायचं बगा. मागनं मग वरडण्यात काय आर्थ न्हाईऽ'' अन् लुगड्याचा घोळ हातानं वर धरीत त्या तरातरा आत निघून गेल्या.

तेव्हढ्यात खालच्या आळीची दोघं-तिघं आली. दत्तूही उंबऱ्यात येऊन उभा राहिला. त्या दोघा-तिघांनी रामराम केला.

"अप्पा, याची उचल किती झालीय ते बघा बरं जरा." पाटलांनी अंग झाडत सांगितलं. न्हावी सरंजाम आवरू लागला. दत्तूनं मग फडताळातनं वही काढली. आकडेमोड केली. तसं पाटलांनी, "परवा काय न्हेलंय ते सामानाचं मांडलंय का बघ." म्हणून सांगितलं तसं आकडेमोड थांबवत दत्तू म्हणाला, "हाय, सगळं बराबरऽ दोन हजाराला थोडं कमी हायेतऽ''

"दोन हजार?'' पाटलांनी आश्चर्य व्यक्त केलं.

"थोडं कमी हायेत, पर आलीच गाठ.''

"असूं द्या, फिटत्यालऽ राबतूंयच की आम्ही तर आता एवढं वह्या-पुस्तकाला न्हाई म्हणू नका– '' रुमाल्या.

"आरं बाबा थांब वाईच– हिसाब ठिसाब बघाय नको? काय लेका उचल झाली म्हणायची का सोंग? दोन वर्षाचं एकदमच उचलल्यागत झालंय की!''

जरा वेळ सगळेच गप्प बसले. एकदम आठवण झाल्यागत दत्तू म्हणाला, "ही खाल्ल्या आळीची आलीयेतऽ''

"का रं सोपाना?''

पुढं सरकत सोपाना काही बोलणार, तेवढ्यात दत्तूच म्हणाला,

"सरपंचाचं राजकारण! आता कडा योजना आलीयऽ बँका गोरगरिबांना शेळ्या-मेंढ्यांसाठी, गाई-म्हशींसाठी कर्ज देतंयऽ मग ह्याच्या काय पदरचं द्यायचं हुतं? पर आपल्या पार्टीची म्हणून बराबर हेरून बाजूला काढली.''

"आरं तिच्या बायली! ह्ये रं सरपंच! चांगलं काम करतुयास माझ्या वाघा!'' पाटलांनी सरपंचावर तोंडसुख घेतलं.

मग दोघा-तिघांनी पुढं होऊन आपली गाऱ्हाणी सांगितली. आमचे फार्मसुद्धा भरून घेतले नाहीत, तेव्हढंच आमा गरिबांना काय तरी मिळालं असतं; पण केवळ तुमच्या बाजूचं म्हणून आम्हाला लोंबकळत ठेवलंय वगैरे घोळून सांगितलं.

"पर हे चांगलं न्हाय. एकदा सरपंच झाल्यावर पांढरीतल्या सगळ्यांस्नी सारखं वागवाय पायजे तर खरा पुढारी. बरं, आता काय करता यील का?'' पाटलांनी दत्तूकडं पाहात विचारलं.

"करता यील की. त्याला काय झालंय? पर भाऊसाबानं फार्म भरून वर पाठवाय पायजेत.''

"ये सोपान, बघ बरं भाऊसाब हाय का? जा जाऽ मी बोलावलंय म्हणून सांग.

म्होरं घालून घिऊनच ये आन् येताना फार्मीही समदं घेऊनच या म्हणावं.''

सोपाना चटशिरी हलला.

''काय असतंय रं ह्या कडा योजनेचं?'' पाटलांनी विचारलं.

आता ही फॉर्म भरून पंचायत समितीकडं पाठवायचं, बीडीओ बँकेकडे पाठवतेत. बँक शेळ्या-मेंढ्या घेऊन देतीय. पंचवीस टक्के सबसिडी मिळतीय.''

''म्हणजे रुपयातलं चार आणे सूट मिळतीय म्हण की.''

''हां, आन् व्याजाचा दर बी कमी असतूंय.''

''आसं का! बायली बरं हाये की मग.''

'' तर– सुदाम कांबळेनं तीन हजाराची जाफरी म्हस आणली नव्हं का?''

''आसं का? जाफरी आणली?''

''तरऽ त्याचा अर्ज मंजूर होणारच की! मेंबर हायऽ सरपंचाची बाजू धरल्यावर कायऽ उशीर?'' दत्तू म्हणाला. तेव्हढ्यात सोपाना आला.

''काय रं? काय म्हणलं भाऊसाब?''

''येतेत की. हाफिसात जाऊन कागदपत्रं घेऊन येतो म्हणालं.''

''बरं, बरं, बस– '' सोपाना दोन पायांवर टेकला.

तेव्हढ्यात ग्रामसेवक कागद घेऊन आलाच.

''नमस्कार, अण्णा.''

''रामराम, या भाऊसाहेब. बसा.''

थोडा वेळ शांतता पसरली.

मग साहेबराव अण्णांनी भाऊसाहेबाकडनं सगळी माहिती पुन्हा विचारून, समजावून घेतली. या लोकांचे अर्ज का भरून घेत नाहीत म्हणून टापारलं. तुम्ही नोकर माणसं तुम्हाला या राजकारणात पडून काय करायचंय, आमदारसाहेबास्नी सांगितलं तर कुठं लांब खोपाडात बदली करतील. मग 'पुन्हा ओरडू नगा माझ्या नावानं' वगैरे थोडा दम देऊन झाला. तसं ग्रामसेवक म्हणाला,

''अण्णा यांचेबी अर्ज आजच्या आज लावून देतो. मात्र, तुम्ही स्वतः बीडीओला भेटला तर त्याच गठ्ठ्यात हीबी अर्ज जातील बँकेकडं. अजून काय पाठवल्यालं नाहीत. मी काय कालच जाऊन आलो.''

''मंग भरा बरं चाटशिरी, आन् तुम्ही सोता जाऊन देऊन या. मग मी जातू उद्याच्याला. काय?''

''भरतो की.'' माणसं कोंडाळं करून त्याच्याभोवती बसली. दत्तू अन् भाऊसाहेब अर्ज भरायला लागले.

केस झाडत, डोक्यावरनं हात फिरवत अण्णा अंघोळीला आत जाणार एवढ्यात त्यांचं रुमाल्याकडे लक्ष गेलं. त्यांना पाहाताच तो उभा राहिला. एकदम त्यांच्या

मनात एक कल्पना चमकून गेली अन् भाऊसाहेबाला हाक मारून ते म्हणाले, "अवो, भाऊसाहेबऽ आमच्या रुमाल्याचा एक फार्म भरून द्या, त्याचंबी काम व्हाया पायजेल."

रुमाल्या अजिजीनं म्हणाला, "अण्णाऽ कोण त्या म्हसराची उगा निगा करणारऽ का आमच्यात पेंड-वैरण हाय, का रान हाय म्हणून गावात मिळतंय! हाय यातनंच सुटका व्हायची मारामार."

"तू गप बस रं. भाऊसाहेब ह्याचं शेळ्या-मेंढ्यांचं परकरन करा." पलीकडं जात अण्णा म्हणाले.

रुमाल्या अण्णांबरोबर पलीकडं गेला. त्याला समजून सांगत अण्णा म्हणाले, "आरं, आता तुझ्यावर एवढी उचल झालीयाऽ यातनं काय मार्ग काढाय नको?"

"काढाय तर पायजेलच की. पर ती पुन्यांदाऽ आता तेव्हढं वह्या-बुकाला."

"आरं थांब रं. ते देतू तुला– तर ह्ये बघ, आपून तुझं शेळ्या-मेंढ्यांचं परकरन करूऽ आता शेळ्या-मेंढ्या काय बाजारातनं आणायच्या न्हाईत आन् तुला सांबाळायला बी लावत न्हाई."

"मंग वो?"

"आज आपल्याच मेंढरांपैकी काही मेंढरांची पावती करायची! बँकेकडनं जे पैसे मिळत्याल ते तुझ्या उचलीतनं कमी करूऽ मेंढरं आमची आम्हाला हायेतचऽ तुझा बी बोझा हालका व्हईलऽ"

"कशाचं काय! हागलं आन् पॉट गेलं सारखंच की वो!" "आरं तसं न्हाय बाबाऽ याला सबशिडी मिळतीयाऽ आता हजाराची मेंढरं घेतली तर दोन अडीचशे सूट मिळंलऽ आमचं बी देनं भागंलऽ बँकेचं फेडू सुईसुईनंऽ"

"बघा, कसं बी करा! तुम्हीच तारनार तुम्हीच मारऽनार. मातूर कुठं अडकून देऊ नका म्हंजी झालंऽ तेव्हढं आता द्या म्हंजी त्याला नेऊन देतू. मंग आपल्या कामाधंद्याला लागाय बरं." "आयला काय सारखं तेच लावलंयस! आंघोळा-पांघुळा करून देतूस का न्हाय? बरं, ये. आरं कोन हाय रंऽ अप्पा याला वीस रुपये द्याऽ"

"न्हाय पंचवीस!"

"बरं काय असंल त्ये. आन् तेव्हढं फार्मावर अंगठा करून जा."

साहेबराव अण्णांनी मग धावपळ केली. माळशिरसाला जाऊन राहिलेल्यांचे अर्जही त्यात सामील करून घ्यायला लावले. बँकेकडे हेलपाटे घातले. सगळं बयाजवार झालं. बँकेच्या अधिकाऱ्यांनी एक-दोनदा गावाला भेट दिली, त्यांचीही अण्णांनी उत्तम बडदास्त ठेवली, कागदपत्रं पूर्ण झाली. रकमा मंजूर झाल्या. काहींना म्हशी तर काहींना शेळ्या-मेंढ्या मग काहींनी बारामतीहून, कुणी अकलूजहून म्हशी आणल्या, शेळ्या आणल्या. गोरगरीब धंद्याला लागली.

बँकेच्या अधिकाऱ्याला हाताशी धरून अण्णानी रुमाल्याला आपल्याला मेंढरांची पावती करून घ्यायला लावली. सोसायटीचं चेअरमन शाळेचे हेडगुरुजी यांच्या पावतीवर साक्ष म्हणून सह्या घेतल्या. अण्णांना पैसे मिळाले. मेंढरंही जाग्यावर राहिली. रुमाल्याची उचल तेव्हढ्या पैशांनी कमी झाली. बँकेचं व्याज चालू झालं.

दसरा गेला, दिवाळी आली अन् अण्णांचा मेंढका पळून गेला! रातचाच पळून गेला! कामाचा दणका अन् उचलीचा बोझा यानं काऊन, वैतागून बिन सांगताच निघून गेला. पावसापाण्याच्या ह्यानं मेंढरं परड्यातच होती. अण्णा चितागती झाले. काय करावं? रुमाल्या विळीवर वैरण कापत होता. त्याला हाक मारून म्हणाले, ''रुमाल्या, आरं इलाश्याला दिवाळीची सुटी आसंल न्हाय का?''

''व्हय.''

''मग काय करतूय घरी बसून?''

''घरी कुठला? खुरपाय जातू, कवा आब्यास करतू.''

''मोठा बालीष्टरच व्हनार हाय! आरं या मेंढरांचं कर्ज कोण फेडणार? बँकेचं सायेब भेटलं हुतं परवा दिशी. बाकीच्यांचा सगळ्यांचा हप्ता पोहोच झाला. तुझाच तेव्हढा ऱ्हायलाय.''

''मग आता तुम्हीच भरणार! आमचं आय-बाप तुम्हीच की!''

''आम्हीच भरणार! पाटील पाटील लगीन करा तर हु तूच बायकू– अशातली गत झाली लेका! सारखं उपसून न्हेतायऽ पैसं, दानं, आन् कसं फिटायचं? उचल कमी व्हावी म्हणून तुला ही वाट दावली तर... ह्ये बघ,'' मिशीला पीळ भरत अण्णा म्हणाले,

''काय?''

''त्या इलाश्याला लाव मेंढराकडं आजपास्नंऽ त्याचं काय होत्याल त्ये पैसं बँकेत भरतूऽ आन् काय तुम्हाला बी देऊ खर्चायला! दिवाळी आलीया. काय तर लागनारच की!''

''त्याचं कसं जमनार वो अण्णा? त्याची शाळा...आता एक सुटी हाय– पर''

''आरं, मग हा बोझा कोन उतरवणार? बायलीऽ मागचा-फुडचा इचारच करना झालीत माणसं! बँक न्हील धरून मेंढरं. मग? त्ये तुला लय म्हागात पडंल! ते काय न्हाय. इलाश्याला मेंढरावर लावऽ कशाचं शिक्षान आन् काय! आपलं सद्याचं खाया-प्यायचं बगाऽ कर्जपानी फेडा.''

अण्णांच्या ह्या तराटणीनं या चक्रव्यूहात आपण अन् आपला भाऊ, दोघेही पुरते अडकलो या जाणिवेनं रुमाल्या मटदिशी खाली बसला. वाघरत मेंढरांनी ब्यँऽब्यँऽ करीत कालवा उसळवला होता.

◆

कबुली

चांगलं भगटायच्या आधीच मांगाची सुभी दारात आली. मी कोपरी झटकून त्याच्यावर सदरा चढवून आता तंबाखू मळून दाढेला लावावी अन् संडासाचं डबडं भरून घ्यावं याच विचारात होतो, तेव्हढ्यात ती आली. मी कानाला मफलर चांगला गुंडाळून घेत तिला म्हणालो, ''काय गं, सकाळच्या रामपाऱ्यात? आं? आरं काय उठून त्वांडबी धून देता का न्हाय?''

तशी पुढे होऊन दोन पायांवर बसत पदर दोन हातावर घेऊन पसरल्यागत करून ती म्हणाली, ''काय बी कराऽ पर मला वाचवा ऽ ह्यातनं कायतरी वाट काढा...''

''आरं पर काय झालं? सांगशील तरी...''

''आयच्यानऽ तुम्ही माझ्या भावागतऽ तुम्ही या बारीनं मागं न्हाई हुबा ऱ्हाईला तर...''

''ये उगं आसं निमताळ्यागत करू नकू! काय ते झट्शिरी सांग... सकाळच्यापारी मानासन्ला कामधंदे असतेत आन् तू आपली नमनालाच धडाभर त्याल घालवाय लागलीयास...''

मी असा निर्वाणीचा ताव दिल्यावर डोळे पुसत पुसत, इवळल्यावानी करीत ती सांगू लागली, ''आवो मालक, आम्ही शंकर वाघमुड्याचा वाटा केला हाय नव्हं का!''

''हाय मला म्हायती! खाल्ल्या वाड्यातलाच की!''

''हां तर त्येची खपली केलीया आम्ही वाट्यानं! ती काढाय जातूया आम्ही सांजंसं! रातीबी आम्ही चंद्र मावळस्तवर काढतुया आन् फाटच बी चान्नी उगवताना उठून काढाया लागतूय.''

मला काही अंदाज येईना. आता खपली काढताना हिच्या नवऱ्याला काय चावलं बिवलं म्हणावं तर अशी ही गप, निवांत सांगत बसली नसती. मी तिला

पुन्हा "उरक बाये." म्हणालो तशी मग घाईघाईनं सांगू लागली.

"तवा आज चान्नी उगवतानाच उठलू, पोरानला कांबरून टाकलं आन् दोघंच खपली काढाय लागलू. वाईच एक-दोन पाता झाल्या असत्याल नसत्याल तर 'ही' गेलं झाड्याला शेजारच्या कार्पेशनच्या रानात– तिथं बी गहू हाय की वो" शंकर वाघमोड्याच्या मळ्याला लागून शेती महामंडाळाची जमीन आहे हे मला माहीत होते. मी म्हणालो, "बर मंग– ?"

"तर आता ऽ बघा की वोऽ झाड्याला गेलं वो तकडं गव्हात तर कुठनं मुडदं वाचमेन आलं त्यांनी ह्येस्नी धरून नेलंयाऽ आता काय हुतया कुणास ठाव? मारलं बिरलं म्हंजी... काय बी करा आन् तेव्हढं सोडायचं बघा– मी तुमच्या पाया पडते." आणि ती उठून पुढे येऊ लागली. तसं मी मागे सरकत म्हणालो,

"पाया-बिया पडू नकू... वॉचमननी कुठं नेलंय..."

"आता मला तरी काय म्हायती! दोघं हुतं. तसंच धरून नेलं– 'ती' म्हणत्याती तरी का बाबानू, मी काय गव्ह नव्हतू नेत. मी परसाकडला बसलू हुतू– पर ऐकतंय कोन गरिबाचं? आता मी काय करू? पोरं सांबाळू, का शेरडी सांबाळू, का ही वाट्याची खपली काढू आन् त्यांच्यामागं पळू. देवा, देवा. आता कसंरं हुणार..."

ती रडायलाच लागली.

मी तिला धीर देत म्हणालो, "हे बघ काय घाबरू नकू. कर नाही त्याला डर कशाला? तो सुटतूय बघ– "

"आवो कसं सुटत्यालऽ तुमच्यासारख्यानं काय खटपट केली तरच न्हायतर रांडामेली हाणमार बी करायची... आमच्या मांगवाड्यातला दिना म्हणत हुता, 'वयने, एकांद टायंबाला फोजदाराच्या ताब्यात बी देत्याल त्याचा नेम न्हाई– ' व्हय मालक? ईलीतुलीश्याला आसं करत्याल?"

"अगं पर, त्यानं चोरी केली न्हाई म्हणतीस ना? मग झालं तर."

"आवो पर, आपून रग्गड म्हणलंऽ त्यांनी नकू का ऐकाय्ऽ मालक एवढं आमच्यावर उपकार करा. तुमच्या वळकी हायेत– तेव्हढं आता लगीच जावा आन् कायतरी सांगा आन् सोडवा– आम्ही कुनाच्या वाळल्या पाचुळ्यावरबी पाय दिला न्हाई की कुनाच्या बांधाची मुळी आनली न्हाई– तुम्हीच सांगाऽ"

"मी सांगून काय उपयोग हुतोय का न्हाई कुणास ठाऊक!"

"हुतूय. हुतूयऽ तुम्ही सांगितलं आन् झालं न्हाई आसं होणारच न्हाई... तेव्हढं जावा आन् सांगा गरीब हायती, कष्ट करून खात्याती. त्यास्नी का ताप देताया?"

"बरं बरं बघतो." मला आता डबडं उचलणं भागच होतं. म्हणून घाई केली.

"तसं बरं बरं म्हनू नकाऽ तुम्ही उरकून जाचं बरं का! न्हायतर मी थांबती हिथं तुमी जास्तवर– रडनात का पोरं घरी; काय टाळू पडत न्हायत्या त्यांच्याऽ पर 'ही'

सुटलं पायजेतऽ माझ्या जिवाला नुस्ता घोर लागलायाऽ''

''पर जातू म्हणलं ना! जातो म्हंजे जातो! तू जा आता घरला.'' मी डबडं उचलत म्हटलं.

तरी ती उठेना म्हणताना, ''आगं, पोरं रडत असतील घरीऽ नीतराशीनं जाऽ त्या पोरान्ला काय च्यापानी करून दी, भाकरी बिकरी टाक जाऽ तुझ्या नवऱ्याला न्ह्यारी करायलाच घेऊन येतू बघ... मंग झालं?''

मी असं म्हटल्यावर तिचा सुकलेला चेहरा खुलला. उजळलेले डोळे पदरानं टिपत ती उठली, ''बघा बरं काऽ मी वाट बघतीया, न्हायतर घरी जातच न्हाई कशीऽ हिथंच कायतरी करती...'' आणि तिनं खराटा घेतला. तसा मी वैतागलो, ''आयला, काय रामपाऱ्यात डोस्कं उठवलंयास? सांगितलं ना जा तू म्हणून? जातो म्हणजे जातो. आमचा बाकीचा धंदा गेला बोंबलत.''

''बघा हाय का! म्हंजी मी काय म्हणत हुते– तुमच्या धंद्याच्या नादात विसरून जाल– ''

''ए बया, जा आता घरला– मी आंगूळ आष्ट्यानं झालं की निघालूच बघ. आता तू आशी बोलून बोलूनच जर भुगा पाडायला लागलीस तर हिथंच धा वाजत्याल...''

तशी ती उठली, परत बजावत, रडत, तेव्हढं गरिबावर उपकार करा म्हणत गेली.

मग मी माझं आटोपलं. धारापाण्याचं बघितलं. अंघोळ केली. गड्यागुड्यांना सूचना दिल्या, तांब्याभर दूध घेतलं अन् फटफटी बाहेर काढली. टोपी नाकावर सरळ बसवत फटफटीला किक मारली ती काय एका किकमध्ये चालू होतेय? मग जरा छाऽछू केलं. चालू झाली, तसाच वडाकडं आलो– वडाजवळ एस्. टी.साठी माणसं थांबली होती. एक-दोघं जास्तच घष्टणीतले माझी फटफटी बघितल्यावर माझ्याकडं वळले. नात्यापुत्याला निघाले असले तर मागं बसून जायला बरं, तेव्हढंच तिकीट वाचलं. लौकर पोहोचायचं, लौकर काम उरकून त्यांच्याच फटफटीवर माघारी या विचारानं... पण मी फटफटी थांबवलीच नाही. हातानंच 'नातेपुते नाही' म्हणत मी पुढं निघालो, तसं पुढं वडाच्या झाडाला टेकून निझाम उभा होता. मी फटफटी थांबवली. ''काय रे नात्यापुत्याला?''

''न्हाईऽ असाच हुबा राहिलोय मालक!''

''मग चल बस मागं– ''

''पन कुठं? मला कामं हायेत...''

''आरं हाय म्हायती लई कामाचा– ! बस, हिथं जाऊन लगीच माघारी यायचंच– चल चल, उगंच उशीर नको करूस.''

मग तो चटशिरी गाडीवर बसला. मी फटफटी चालू केली. गाडीनं चांगला स्पीड घेतल्यावर निझाम म्हणाला, ‘‘कुठपर्यंत– ? का हिथं हिथं करून नातंपुतं दाखवताय्!’’

‘‘नाही बाबा, हिथं जायचंय शिवपुरीला!’’

‘‘आंऽ का?’’

‘‘आरं आपला पांडा मांग न्हाई का! त्याला कार्पोरेशनच्या वाचमननी धरलाय– ’’

‘‘आरे माँ के तेरे– ’’ निझाम म्हणाला.

‘‘तर काय– आरं, ही न्हवरा-बायकू त्या शंकर वाघमोड्याच्या वाट्यानं केलेली खपली काढत हुती. पांडा गेला परसाकडला कार्पोरेशनच्या गव्हात. तेवढ्यात तिकडनं वाचमनची राउंड आली असंल, धरला त्यांनी आणि नेलान काय!’’

‘‘मग आता आपण काय जामीन व्हायला चाललोय... तसं आसंल तर थांबवा फटफटी! साला, किसीका भरोसा नायऽ’’

‘‘येड्या जामीन द्यायला काय, त्याला अजून फौजदाराकडं दिलाय काय? म्हणून तर एवढ्या सकाळचं निघालोय! हिथनच सोडवून आणायचं. गरीब हाये, पोरंबाळं रडत बसल्याती घरी... आपल्या गावातला हाये लेका, मदत कराय नको?’’

‘‘बरं, बरं. चला...’’

साहेब अजून ऑफिसला यायचे होते. आम्ही बाहेर थांबलो. त्यांच्या वेळेप्रमाणे सगळं उरकून साहेब आले. आम्ही लगेच आत शिरलो.

‘‘नमस्कार साहेब.’’ मी.

‘‘सलाम अलेकूम!’’ निझाम.

‘‘नमस्कार नमस्कार– बसा, आज काय काम काढलंत?’’ साहेबांनी कागद चाळत विचारलं.

‘‘त्याचं काय आहे...’’ मी घसा खाकरून म्हणालो, ‘‘आमच्या गावातला मांगाचा पांडा... त्याला तुमच्या वाचमननी धरून आणलंय; त्यासाठी आलोय...’’

‘‘अहो, वाचमननी धरलाय म्हणजे काहीतरी चोरीबिरी केली असणार नाही का? का आमचे वाचमन उगाच कुणाला तरी पकडून आणतील...’’

‘‘बरोबर आहे; पण जरा समजुतीचा घोटाळा झालाय.’’

‘‘म्हणजे?’’

‘‘म्हणजे असं की, त्यानं ज्याचा वाटा केलाय त्याची जमीन तुमच्या जमिनीलगत आहे. ते नवरा-बायकू आपली खपली काढायला पहाटेचीच सुरुवात करतात. पांडा परसाकडला गेला होता तुमच्या नंबरात आणि तेवढ्यात तुमच्या वाचमनची राउंड आली. त्याला वाटलं, हा चोरून नेतोय– म्हणून धरला. तसं त्यांचीही काही चूक

नाही म्हणा...''

मग साहेबांनी घंटी वाजवली, शिपायाकडून कुणाला तरी बोलावले. आम्ही आढ्याकडे, भिंतीवरल्या फोटोच्या तसबिरी न्याहाळत बसलो.

तेवढ्यात ते बोलावलेले साहेब आत आले, उभे राहिले.

''काय, यांची काय तक्रार आहे?''

त्यांना काहीच न कळल्यामुळे त्यांनी आळीपाळीने आमच्या व साहेबांच्या तोंडाकडे नुसतेच पाहिले.

मग साहेबांनी त्यांना सगळे समजावून सांगितले.

''बघतो, फोन करून विचारतो-'' असं म्हणत ते दुसरे साहेब बाहेर गेले. निझामने सुरू केले, ''साब, वो भोत गरीब है। किसीके वाळले पाचुळ्यापरबी पाव नही देगा। कावो मालक?'' मी मान हलवली.

साहेब कडक चेहरा करीत म्हणाले, ''बघू की, ते साहेब काय झालंय ते बघायला गेलेत– सगळी असंच म्हणत असतात... '' तरी निझामनं आपलं चालूच ठेवलं, ''वैसा नही साब. तसं असतं तर आम्ही कशाला येतूय? आदमी कैसा है, ये ताबडतोब पहचान जाता है। आता आम्ही तर एक्या गावातलेच. हमेशा सामने, आं? तर वैसा कुछ नै...'' साहेबांनी वैतागून माझ्याकडे बघितले. मी निझामला चिमटा घेतला. तो गप्प बसला. जरा वेळ शांततेत गेला.

मग मघाचे साहेब आत आले. ''सर, त्याला आपल्या गव्हात पकडला... वॉचमन म्हणतात जाग्यावर धरला.''

''बरोबर आहे की, पहाटे खपली काढायला गेल्यावर तो संडासला तुमच्या गव्हात गेला होता; पण– '' मी म्हणालो.

''काय गहू वगैरे पकडला काय?'' साहेब मला आडवत, त्या अधिकाऱ्याला म्हणाले.

''बघतो...''

''बघतो काय शिर्के? अहो, सगळी चौकशी करूनच यायचे नाही का? आता आम्ही इथं तुम्हाला विचारणार, मग तुम्ही दरवेळी बाहेर जाऊन माहिती काढून आणणार?''

''नाही साहेब.''

''काय नाही आणि काय होय? जा आता तुम्ही; स्वतः सगळी चौकशी करा आणि मला रिपोर्ट करा. म्हणजे बघू पोलीस केस करायची का काय ते.''

''नाऽ नाऽ वैसा मत करो साब... लडकेवाला आदमी है।'' निझाम गडबड करीत म्हणाला. त्याला अडवत मी म्हणालो.

''साहेब, तुमची सगळी चौकशी करा आमचं काय म्हणणं नाही; पण आम्ही

सांगतो, पांडा गरीब आहे. तो असल्या भानगडीत पडणार नाही. तुमचे वॉचमन मला माहिती आहेत. अहो, गुरं चारून देण्यासाठी आमच्या गावातनं पैसं गोळा करतेत. कुणाला पेंडीपाचुंदा काढून नेण्यासाठी सांगून पैसे उकळतात– ते जाऊ दे, मरू द्या... पण याच्यावर असल्याच भानगडीतून आफत आली असेल बघा. पैसेबियसे मागितले असतील, दिलं नाही मग पकडला– हाय काय आन् न्हाई काय!''

''मी बघतो म्हटलं ना... आता तुम्ही एवढी खात्री देताय तेव्हा तो तसा नसेल. तुम्ही जा, शिर्केऽ तपास करा व रिपोर्ट करा–''शिर्के गेले अन् मग साहेब खासगी आवाजात सांगितल्यासारखे सांगू लागले, ''अहो खरंय तुमचं म्हणणं, सगळी चोर मंडळी आहेत; पण आपण एकदम सोडून दिलं तर हेच वाचमन पार वर पुण्यापर्यंत रिपोर्ट पाठवतील. आम्ही चोर पकडून आणला तर इस्टेट मॅनेजरनं सोडला पैसा खाऊन आणि ती युनियन आहेच. त्याच्यायला–'' साहेबांचं सगळं खासगी ऐकून जरा बरं वाटलं; तितकंच पांडाची सुटका अवघड असल्याचंही!

मग मी म्हणालो, ''बरं का साहेब, अगदी वाचमननी तसा रिपोर्टच केला तर काहीतरी दंड घ्या; पण उगं पोलीस केसबीस करत बसू नका. अहो, सुगीचे दिवस; घरी लहान पोरंबाळं, गरिबी... उगं पार झैनातनं उठंल बघा मांग– ''

''बघतो माझ्याच्यानं होईल तेव्हढं करतो.'' साहेब टेबलावर टकटक करत म्हणाले.

''नाही साहेबऽ तुमच्या अधिकारात काय ती शिक्षा करा; पण पोलिसांकडं देऊ नका एवढंच आमचं म्हणणंऽ''

''सांगितलं ना? बघतो...'' मग आम्ही उठलो. तरीपण बाहेर लिंबाच्या झाडाखाली थांबलो. शिर्के गडबडीने ऑफिसकडे जाताना दिसल्यावर त्यांना अडवलं, ''काय हो साहेब, कसंकसं हुतंय?''

''काय होणार? वाचमननी सगळा पुरावाच तयार केलाय; गहू पकडलाय.''

''उसके मॉंके...'' निझाम तोंडातल्या तोंडात बडबडला. आम्ही पुन्हा साहेबांच्या ऑफिसकडे गेलो.

''आता काय करायचं पाटील? सगळं तर स्वच्छ दिसतंय्.'' साहेब म्हणाले.

''काय सांगायचं साहेब? आता चार-दोन पेंड्या दाखवणं काय अशक्य आहे का? आम्ही काय आज ओळखत नाही ह्या वाचमन लोकांनाऽ बरं ते असू द्या, काय पणऽ तुम्ही आपलं तुमच्या ह्याच्यात कायतरी करून सोडवा...''

''तसं कसं करता येईल? काय शिर्के?'' साहेब.

शिर्के चुळबुळत उभे राहिले. ''म्हणजे त्याचं काय आहे साहेब, रेकॉर्ड सगळं रंगलंय... वाचमनचा रिपोर्ट, सेक्शन सुपरवायझरचा रिपोर्ट... तर– ''

''असं असतंय बघा. . . आता काय करायचं?'' साहेबांनी मलाच प्रश्न टाकला.

“सीधा जेलमें ढकलना! दुसरा क्या करनेका!” निझाम कातावून बोलला; पण सगळे माफक हसले. वातावरण थोडे सैल झाले.

“हे बघा साहेब, पांडाचं आमचं काही घेणं नाही! तो काय आमच्यात कामाला नाही की वाटा केलेला नाही; पण त्याची बायको आरडत वरडत सकाळच्या रामपाऱ्यात घरला आली. दुसरी गोष्ट पांडा गरीब, कष्ट करून खातूय; त्याच्या मागं असलं झेंगट कसं काय लागलं? बिचाऱ्याची पोरंबाळं उपाशी मरूनेत म्हणून आम्ही आलूय– कारे निझाम?”

“बराबर–” त्यानं मुंडी हलवली.

साहेब जरा वेळ गप्प बसले. समोरच्या फोटोकडे पाहत राहिले. दोन चिमण्या फडफडत आत आल्या, भिरभिर फिरल्या, आढ्यावर बसून माना वाकड्या करून आमच्याकडे पाहत राहिल्या अन् पटदिशी उडून बाहेर गेल्या.

मग त्यांनी एकदम शिर्केकडे बघून सांगितलं, “असं करा, तुम्ही चांगला दम द्या, त्या मांगट्याला वाचमनदेखतऽ आणि पहिलीच वेळ आहे वगैरे म्हणून जरा उलटापालटा करून मग द्या सोडून! आता एवढं पाटील सांगताहेत तेव्हा विश्वास ठेवला पाहिजे... काय? दम मात्र चांगला हाग्या दम भरा... काय? बास?” माझाकडं बघत साहेब म्हणाले तसं आम्हीही उठत म्हणालो,

“बरं झालं साहेबऽ नाहीतर उगंच घाला हिसकं आन् तोडा दावी असला ताप झाला असता. बराय साहेब, येतो आम्ही. तुमच्यासारखी गरिबाची जाणीव असणारे साहेब लोक आहेत म्हणून बरंय बघा– बरं– नमस्कार.”

आम्ही बाहेर आलो. फटफटी चालू केली. घरी सुभी दरवाजात बसूनच होती.

“जमलं का? सोडत्याल का न्हाई किरडीवालं?” तिनं लगेच विचारलं.

“आता आम्ही गेल्यावर काय मोकळं येतूय व्हय? काम फत्ते करकेच–” निझाम अंग झाडत म्हणाला.

“खरं? लई बरं झालं बयाऽ माझ्या जीवात जीव नव्हता. आता म्हणलं बया काय हुतंय आन् काय न्हायऽ”

“तर लई काळजीची–”

“आरं बाबा, तोंडात पानीसुदीक घाटलं न्हायऽ काय हुतंय आन् काय न्हाय, गरिबाचं लई वायट असतंया बाबाऽ सुटलं ती बरं झालं! कुठं हायती ‘त्ये’... तुमी आनायचं न्हाय व्हय फटफटीवर?”

“सोडतू म्हणलेत साहेबऽ येईलच जरा वेळानंऽ हिथं आमची कामं खोळंबलीत! इतका वेळ गेला ती गेला... काय निझाम, चल आत चहा बी?”

“आता च्या कश्याला! बराच टैम हो गयाऽ” म्हणत आत आला; मग चहापाणी झालं. चहा पिऊन सुभी, निझाम गेले; मी माझ्या कामाला लागलो.

संध्याकाळचा पांडा आला. दोन पायांवर बसला.

"हं! मंग कसं काय पांडबा? जेलची हवा खायचा विचार होता काय?" मी तंबाखू मळत म्हटलं.

"आपली साडंसाती म्हणायची आन् काय! पांडा."

"आरं, पण तिकडं कश्याला मरायला जायचं? दुसरीकडं कुठंतरी बसायचं... आं? केव्हढ्यात पडली असती तुझी परसाकडं? आं?"

जरा वेळ भुईवर रेघोट्या ओढत पांडा गप्प बसला. मग एकाएकी म्हणाला,

"खरं तर पाटील मी चुकलूऽ करूने ती केलं... आन् आमची सुभीबी खोटं बोलली तुमच्याजवळ..."

"आं? म्हणजी?"

"आवो काय ही प्वाट जाळायचं! लेकरंबाळं खायाची! करतूय यात काय भागतया का? तवा चार-दोन पाचुंदं काढावं म्हटलं गव्हाचं– चोरी करूने पर कशी काय भूल पडली– खाऊने ती खाल्लं– पर मला काय राहावंना– म्हणून सांगाय आलूऽ"

"हात तुज्यायलाऽ आरं भागत न्हाई खरंच हायऽ मग हिकडं कुणाला तरी मागायचं– माझ्याकडं यायचं!"

"तसं मागून कोन देतया मालक?"

"म्हणून चोरायचं? शाब्बास! आन् आम्ही मोठ्या भगुल्याएवढं तोंड करून साहेबाला सांगत होतो की, आमचा पांडा तसा नाही..."

"म्हणूनच सांगाय आलू नव्हं का– हुने ती चुकी झाली, पर काय करायचं आता– एवढ्या बार तुम्ही सोडवून आणलसाऽ तुमच्यासारख्या म्होर खरं सांगावं म्हणून आलूयाऽ एवढी बार माफी करा..."

"मी कोन माफी करणारा– पर लेकानू आसं करून आम्हालाबी गुतवचाल कुठंतरी! कश्याच्या आधारावर आम्ही म्होरं होऊन तुमची खात्री द्यायची रं?" मी कातावलो.

"तसं न्हाय कधी हुणार! आपल्या पायाशिप्पत पुन्हींदा आसं होणार न्हाई– आता तुम्ही हुता म्हणून वाचलूया; न्हायतर पोलिसांचं रट्टं खाऊन आंग सुजलं असतं बघा."

"एवढं सगळं कळतंया, मग कशाला तसल्या फंदात पडला आं?" मी.

"आता हाय का? मान्साला भूल पडतीया– मागनं ही सुचतंय हो?" असं बरंच बडबडत राहिला. स्वतःला दोष देत राहिला. तोंडात मारून घेतल्यासारखा करत राहिला आणि मग हळूच म्हणाला,

"आजून एक तिरपागडं झालंयाऽ"

"आता आणि काय?"

"तुम्ही आला का आन् सायबाला सांगितलं का? तर ती त्या जमादारनं दम दिला अन् सोडलं खरं पर..."

"मग आता काय?"

"पर तिच्यायला ती बेनी मागं लागल्यात की!"

"आं?"

"वाचमेल हो! ती म्हणतेत तुला पुराव्यानिशी पकडलायऽ सायबानं सोडला आसंल–"

"मग?"

"आम्हाला रुपये पन्नास दी, न्हायतर आम्ही वर कळवतू! हुंदे चौकशी मंग कळंल..."

"आता काय कळवतेत?"

"सारखाच दम देतेत– त्यानला काय तरी द्याय पाहिजेल–" तो तोंड अजून वेडंवाकडं करीत म्हणाला, "आता तुम्हीच काय तरी सूय करा... पाच-पचीस रुपय दिल्याबिगर ती भुतं गप्प बसणार न्हायती. झक मारून झुणका खाल्लाय– तुमचं कसंबी फेडीन– आता एवढी सुगी झाली की, वढणी कासरं देतू- पर आता एवढं भागवा..." तो गयावया करत राहिला.

मी त्याच्याकडं बघत राहिलो.

◆

आड

वारा अजिबात नव्हता. झाडाची पानंसुद्धा हलत नव्हती. उन्हाळ्याचे दिवस! जिवाची नुसती घालमेल होत होती. जेवणवेळ टळून गेलेली. एरवी अशा वेळी जरा थंडावा वाटायचा. वरलाकडनं गार झुळूक सुटायची. चांदण्याचे दिवस होते; त्यामुळे बरं वाटायचं. टिप्पूर चांदणं पडलेलं. आभाळातनं कांड्या-कुरकुच्याचा थवा रांग धरून जायचा. जेवणं करून माणसं हवेला गप्पा हाणत बसायची. आज मात्र चांगलंच उकडत होतं.

हात धुऊन धोतराच्या सोग्याला पुसत पुसत मी वाण्याच्या पाराकडं आलो. कालवणानं तोंड भाजलेलं. हाश्शऽ हुश्श करून पाराजवळ आलो. चांदण्यानं सावलीत रांगोळी काढली होती. दोन-चारजण पारावर बसले होते. पोरंटोरं जवळच्या झाडांच्या बुडाशी 'हे बघ, तुझ्या उन्हात बाभळबनात' खेळ खेळत होती.

पारावरची लिंबाची काडी हुडकून घेत दात कोरत मी म्हणालो,

"आयला, काय उन्हाळा का काय म्हणायचा? माणसं वाळून कोळ व्हायची वेळ आलीय!"

"तर काय! नदी, ओढं पार आटलंऽ" सदा म्हणाला. 'आरं नदीनालं मागंच आटलंऽ' आता रानातल्या हिरीनांबी पाणी कमी पडाय लागलंय. माझं चार तास इंजान चालत होतं तेथं आता दीड तास बी चालना! काय खरं न्हाय बाबा!

"आयला पाऊसबी पडंनाऽ न्हायतर दरवर्षी या दिवसांत एक-दोन तरी पाऊस हुयाचे. रानाची हडाडी फिटतीय... काय न्हाय काळच बदलत चालला-" म्हातारे पांडूतात्या म्हणाले.

"खरंय... दिवसभर उकाडतंय...ऊन कसलं तावतंयऽ आन् फाटचं गार वारं सुटतंय... त्यानं तर माणसं आजारी पडाय लागली–"

"आरं ते खरं... पाण्याचा प्रश्न लई बेकार हून बसलाय त्याचं काय? रानातली तर पिकं चाललीच वाळून, पर गावात पियाच्या पाण्याची काय सोय हाय का?"

मी म्हणालो.

"आता! गावात कुठं काय सोय? नदीला झरं पाडल्यात तेव्हढंच. त्येबी आता आटलंच म्हणायचं!" सदा म्हणाला.

"आता ह्ये खरं म्हणजी पंचायतीचं - सरकारचं काम हाये! त्यांनी नकू गावाची अडचण निवाराया?" निवडणुकीत आपटलेला म्हैपा म्हणाला.

"त्यांचा लेका, एकाचा पायपोस एकाला हाय का? सगळी मानासाठी हपापलेली..." पांडूतात्या.

"न्हाय, पर आपल्या गावाची पाण्याची खरंच आबदा हाय! अजून जर आठ रोज पाऊस न्हाय पडला तर गावात प्यायला काय पाणी मिळायचं न्हाय....." सदा पारावरनं पायाला झोके देत म्हणाला.

"रानात जायाचं ऱ्हायला. त्यात काय?..." रामलिंग म्हणाला. धोतराचा सोगा डोक्यावरन घेत पांडूतात्या पुढं सरकले अन् म्हणाले, "पोरानू, मागं लई दीस झालं त्याला, घाटावरला पाणाड्या आलंता... ह्या सदाच्या बानं त्याच्याकडनंच पाणी बघितलं अन् ती पावातली हीर पाडलीय..." पावातल्या सदाच्या विहिरीला खरंच बक्कळ पाणी होतं. एका वेळेला सात मोटा चालल्या तरी पाणी हटत नसे. सात मोटांची हीर असंच तिला नाव होतं; पण ती गावापासनं दोन मैलांवर होती. पाणाड्या व पाण्याचे नाव काढल्यावर आम्ही टवकारून बसलो. पांडूतात्या खाकरून पुढं सांगू लागले, "तर त्या पाणाड्यानं ह्या ऽ ह्या घोळावर एक जागा दावली होती. असा मनगटागत झरा हाय म्हणत होता. असंच त्या टैमाला गावातलं कारभारपण करणाऱ्यांनी त्याला गावात पाणी दाव म्हटल्यालं. तवा त्यानं ही जागा दावली-" आम्ही सगळ्यांनी तात्यानं हात केलेल्या जागंकडं पाहिलं. एड्या बाभळीनं सारं रान झाकलं होतं. जागा घोळावर होती, मध्यावर होती, "मग म्होरं काय झालं?"

"आरं कशाचं काय आन् फाटक्यात पाय! गाव आपलं धनगरी! धनगरी जत्रा आन् कारभारी सत्रा! पांडूतात्या हात झाडत म्हणाले.

"अजून त्यो झरा असंलच की!" मी म्हणालो. "तर! पाणी कुठं जातंय व्हय? वाहणारच-!" तात्यानं तंबाखू तोंडात टाकत म्हटलं.

"आयला, ही जागा कुणाच्या वाटणीला येतीय बरं?" मी विचारलं.

"आपला बाजीनानाचा आनंदा न्हाय का? त्याच्या वाटणीला-"

"मग काय प्रश्नच न्हायऽ. त्यानं तर रानातच घर बांधलंय. मी इचारतू त्याला" मी म्हणालो.

"काय?"

"काय म्हंजे? आड पाडू या की हिथं!"

"आड?"

"का? तात्याच्या म्हणण्याप्रमाणं पाणी असलं तर बरंच झालं की! गावाच्या पाण्याचा ताप तरी वाचंलऽ"

"पण... व्हय तात्या, मनगटाएवढा झरा हाय म्हणतासा, तर त्यो किती फुटांवर, ते न्हाय सांगितलं?" सदानं शंका काढली.

"आयला त्या टैमाला सांगितलं हुतं पाणाड्यानं किती परसावर पाणी लागंल तेऽ पन कुणाच्या धेनात ऱ्हातंय तेव्हढं? त्याला बी लई दिवस झालंऽ"

"आता आली का न्हाय पंचाईत?" सदानं माझ्याकडं पाहत म्हटलं.

"कशाची पंचाईत? आपून खांदायचंऽ दोन-तीन परसावर पाणी लागलंच पायजे.."

"म्हणजी वर्गानी गोळा करायची म्हना की!"

"तर काय! मग एकट्या-दुकट्याचं काम हाय? बोला, ठरवू लगेच."

"अगुदर आंद्याला तर इचरा जागेचं! न्हायतर ऐन टायमाला वांदं घालायचा!" म्हैपा म्हणाला.

"ते लागलं माझ्याकडं .. असल्या गोष्टीला त्यो काय न्हाय म्हणतोय?" मी म्हणालो.

"न्हाय, पर त्याच्याकडनं सगळं बयाजवार लिहूनच घेवावं हये चांगलं." उगं नाही म्हपा पंचायतीला उभा राहिला होता!

"अरे बाबा, ते सगळं करू. माझ्या म्हणण्यानं, आपलं ठरवा वर्गणीचं. गावाची पाण्याची सोय झाली पायजेल..."

"मग... आता आपून काय हिथं फकस्त चार-पाचजणंच हायेत."

"असू दीऽ आपून अगुदर आपलं आकडं टाकू; मग उद्या सकाळी आपल्या एवढ्या भागात फिरून बघू ऽ कोण न्हाय म्हणणार न्हाई-बोल सदा." मी म्हणालो.

"नाय पर बाबूराव ऽ एवढ्या तडकाफडकी असलं मोठं काम घ्यायचं म्हणजे जरा. अगोदर इचारपाचार करा, किती खांदावं लागंल? केवढ्याला बसंल...आंऽ"

"आता खरं म्हंजी अगुदरच उशीर झालाय. पार तहान लागल्यावरच आपण आड खांदाय निघालोय ऽ आसं कितीक लागणार हायेत आडालाऽ? आडाचं बांधकाम पुढल्या साली करू...काय?"

"तरी दोनेक हजार लागतील बाबा!" तात्या म्हणाले.

"हां! मग दोन हजार काय भारी रक्कम हाय गावाला?"

"तसं न्हाय! मी आपलं म्हणलं, इचारानं करावं."

"अति इचारानं फाटं फुटत जातेत सदा! आपून धडाडी धरली तर काम हून जाईल. आपल्या मागचा पाण्याचा ताप तरी कायमचा जाईल. काय च्यायला पाणी हाय व्हय झऱ्याचं? वास मारतंयऽ एखाद वेळेस उलट्या, जुलाब व्हायचं असल्या पाण्यानं!"

"ओढा वास माराय लागला का काय? मग पाऊस येणार हां नक्की-"

शेलाराचा सोपाना पारावरनं उतरत म्हणाला.

"येड्या, ओढा न्हाय वास मारत, पाणी घाणतंयऽ" मी म्हणालो.

"मंग ठरवाऽ माझं दोनशे रुपये."

सदा कचवचत म्हणाला, "घरी म्हाताऱ्याचा इचार घ्यावा लागंल."

"आता हे काय वंगाळ काम हायऽ म्हातारा काय नकू म्हणणार हाय व्हय पाण्याला?"

"सांगू की सकाळी..."

"आर बाबानू, ठरवा आता ऽ मागनं सकाळी जमा. पर बाबूराव म्हणतूय तर माघार नका घिऊ लेकानू! झालं तर गावाचं कल्याण हुऊन जाईल. सरकार करेंगा आन् हाम पानी पियेंगा कवा..." तात्यानं असं म्हटल्यावर सगळी हसली. तात्यानंही पाठिंबा दिल्यावर बाकीच्यांना हुरूप आला. मग सकाळी परत जमायचं ठरलं.

सकाळी सगळ्यांना जमवलं. आनंदालाही बोलावणं पाठवलं होतं. तोही आला. मग सगळ्यांची मीटिंग बसली. आनंदानं आड पाडताय म्हटल्यावर जागा द्यायचं कबूल केलं.

चांगल्या कामाला कशाला आडवं येतूया? न्हायतरी त्या दीड खणात काय माझा इमला होतूय का काय? लोकं तरी पाणी पित्यालऽ.

"बरं, हे ठरलंऽ आता आपल्या वर्गणीचं..."

"बोला..."

"आसं करा, अगूदर आपलं खांदीत किती होईल याचा अंदाज काढा की."

मग कोणी म्हणाले, दीड परुस बास तर कोणी दोन परुस खांदल्याशिवाय पाण्याचा टिपूस नदरला पडणार न्हाय, असं छातीठोकपणे सांगू लागला.

"ऐका! आपण असं करू ऽ गावातलीच माणसं आड खांदायला लावू. गावाच्या ह्यानं ती जरा पद्धतशीर मागतील अन् आपल्यालाबी त्यानला काम दिल्यासारखं हुईल. कसं?"

"ती बराबर हाय की! गावातली सोडून भाहीरच्यांचं प्वाट भरण्यात काय आर्थ हाय?"

"दुसरं काय, आपल्यालाबी पैशाचा अंदाज यीलऽ त्या मानानंच वर्गणी जमवू, आं?"

"बराबर हायऽ ए बाळ्या, जारं मांगवड्यात आन् सीतारामला म्हणावं लौकर बोलावलंयऽ तुझ्या टोळीतलं गडीबी घिऊन यी म्हणावं."

बाळ्या पळत गेला. तंबाखूच्या पुड्या एकमेकांत फिरल्या. आनंदाच्या जागेत मनगटाएवढा झरा कसा वहातूय याची परत चर्चा झाली.

"अंऽ रामराम!" सीताराम आला.

"रामराम- बस. बसा की रं पोरानू"

लुंगी खांद्यावर टाकत सगळेजण दोन पायांवर बसले.

"काय काम काढलं अण्णा?" सीतारामनं विचारलं.

"आरं सीताराम, गावात पाण्याची लई वरड हाय! तवा म्हणलं, कायतरी हातपाय हलवावंत की."

"चांगलं हुईल की! सगळ्यांचं आशिरवाद मिळत्याल की वो! पाण्यावानी पुन्य न्हाय–"

"बरं ते ऱ्हाऊ दे! तुम्ही घेताय का आड खांदायला? बोला!"

"कुठं तुमच्या जागेत पाडताय?"

"न्हायऽ ह्या आनंदाच्या जागेत पाडावा म्हणतूय... "

"झॅक हायऽ घोळावरची जागा हायेऽ पानी तवाच लागंल."

"सगळं झॅकच हाय रं! पर पैसा नको?"

"तर पैशाशिवाय कसं?"

"आता कसं बोलला! तर अगुदर तुमचं बजेट सांगा म्हंजी आम्हाला तशी तयारी धरायला. वर्गान करायचीय" सदा म्हणाला.

"आसं आसं! किती खॉल घ्यायचाय, गाळ्या किती हाताचा? त्याशिवाय आमी तरी काय सांगनार? काय रं देन्या?"

महाराचा देनबा मुंडी हलवत म्हणाला, "तर! त्याशिवाय काय बोलायचं?"

"आता बघऽ आड म्हणजी काय हीर नव्हंऽ गाळ्या राहील आपला थोडाचऽ एक दहा हाताचा- काय?"

"बरं, दहा आगर बारा हाताचा धरा.. म्होरं... "

"आन् खाली एक-दोन परुस... "

जरा वेळ शांतता पसरली. बोटानं रेघोट्या ओढल्यागत करून सीताराम म्हणाला, "मंग ह्यात काय बोलायचं? द्या की तुम्हीच समजून."

"आरं, ही काय बलूतं हाय व्हय, समजून-उमजून द्यायला? शेराच्या ठिकाणी अडीसरी टाकायला? तुला बी परवडलं पायजे, आम्हाला बी वर्गणी गोळा करायचीय; कसं?"

"दोन परुस न्हाय का? आता खांदीत कसं लागतंय कुणाल ठावं... पाषाण लागला म्हंजी मेलू चिताड!"

"हिथं पांढरीच्या मातीत पाषाण लागतूंय व्हय? लेका?" म्हैपा म्हणाला.

"त्याचं काय सांगावं?"

"बरं बोल, उगं टाइम लावू नको"

"द्या तीन हजार..."

"तीन हजार? लेका काय हीर-बारव हाय व्हय-" सदा म्हणाला.

"आवो सदानाना, मजुरी काय झालीया? पहारी शेवटायच्याऽ काय परवडतंय?"

"छ्याऽ त्याला रं कशाला तीन हजार... उगं आपलं कायच्या बायच बोलून बसतूयस!"

"न्हाय नाना! पद्धतशीर बोललाय सीताराम." देना म्हणाला.

"तू त्याला दुमाला देणारच की रं!"

"तसं न्हायऽ आक्षी बराबर सांगितलंय! काय परवडत न्हाय वो!"

होय नाही करता करता दोन हजारावर दोन पुरुष आडाचं काम सीतारामला दिलं. इसार घेऊन सीताराम गड्यांची जुळवाजुळव करायला लागला अन् आम्ही वर्गणीची!

पाण्याची सोय होतीय म्हणल्यावर सहसा कोणी खळखळ केली नाही. तरी चार-दोन नेहमीची खट कुळं होतीच, जी नेहमी पैसा सोडायला तयार नसत; त्यांच्या घरातनंच सुरुंग लावले. बायकोला सांगितलं, खरं म्हणजे आडाचं काम झालं तर तुमचंच हाल वाचतील, कसं? तर तू ह्या सगळ्यांच्या घरी जाऊन बायकांना तयार कर, नवऱ्यांना म्हणावं, वर्गान न्हाय देशीला तर बघाऽ आसं नाक दाबल्याशिवाय तोंड उघडायचं नाही. बायकांनीही बराबर काम केलं अन् तसल्या खट कुळांनीही वर्गणी जाग्यावर आणून भरली. मी गालातल्या गालात का हसलो ते बाकीच्यांना कळलं नाही.

नारळ फोडून कुदळ टाकली अन् आडाच्या कामाला सुरुवात झाली. आनंदानंही स्टॅम्पवर लिहून दिलं होतं. जागा आडासाठी दिली म्हणून. आमच्यापैकी एकजण तरी कायम आडाच्या कडेला बसलेला असे. पहिले पाच फूट पांढरीची माती, मुरुम लागला. तसं सीतारामला हुरूप आला. काम भराभर उरकत गेलं. दररोज खाली काय ओल दिसतीय का आम्ही पाहात होतो. उन्हाळ्याचे दिवस; कुठलं पाणी अन् काय? पुढं शाडवाट लागलंऽ माणसं पाणी हाय बरं का म्हणू लागली. खांदीत सोप झाल्यानं सीतारामही खुशीत होता; पण शाडवाट संपलं अन् पाषाणच लागला. काळा करंद! मग मात्र तो हबकला. अजून पाच-सा फूट काम खाली जायचं होतं.

"अण्णा, आता पहारीचं आन् सुरुंगाचं काम आलंऽ कसं परवडायचं?"

"का? आता कुठं लई ऱ्हायलंय?"

"आवो, पहारी शेवटायच्या म्हणजी लई पैसं जात्यातऽ काम उरकत नाही; तेव्हढं शेवटणं आन् सुरुंगाची दारू तुमच्याकडं घ्या"

"सुरुंगाचं काम ठरल्यालं नव्हतं खरं; पर सीताराम, पहारी शेवटायचं तुझ्याकडंच होतं, उगं गटाणा घालू नकू."

"मी न्हाय कुठं म्हणतूंय अण्णा! पर आता ह्या पाषाणानं धडकी भरलीय की! काळाकरंद हाय!"

"काळाकरंद असला म्हणून काय झालं? उलट पाण्याचा लौकर ठाव लागंल

असं वाटतंय मला!''

"बराबर हाय तुमचं! पर माझ्या अंगावर येईल त्याचं काय? म्या कुठनं भरू?''

"आरं, सीताराम सगळ्यांची सोय होतीय पाण्याची! आता आम्ही एव्हढी वर्गान केली; तुमच्याच्यानं तेवढं बी सोसवना?''

"म्हंजी आम्हाला बी पाणी भरू देनार तुम्ही?'' त्यानं आश्चर्यानं विचारलं.

"गप्प बस! आताच काय बोलू नगंस! एवढं काम हूं दे, पाणी लागू दे देवदयेनं; मग बघ कसं जमवतूस ते... पर तुम्ही बी जरा घरच्यासारखं करा...''

तसं असंल तर दोन दिवस सगळी तशीच राबू की वो! उलट सारा मांगवाडा हाकून आणीन की. च्यायला प्यायला पानी मिळंना...

"तर... आम्ही सुरुंगाची दारू देतू. तेव्हढं पहारीचं तू बघ. मी सांगतूच सगळ्यांना की, त्याला काय परवडत न्हाय पर गावाचं काम म्हणून त्यो कसा तरी तयार झाला म्हणून....काय?''

"ते आता तुमच्याकडं लागलंऽ माझं काम मी केलं म्हणून समजा.

दोन-तीन सुरुंग घ्यावे लागले. माणसं आडाच्या कडेनं बसून ऱ्हायली. पहारीनं सुरुंगाचं भोक घेणाऱ्यांचे हूंऽह्याऽ आवाज पारव्यागत आडात घुमू लागले. एका वेळेस दोन बोळातनं दारू भरून एकदम दोन सुरुंग लावले अन् पाषाणाचा मोठा चिरा फाटलाऽ वरचं रान मोकळं झालं. सुरुंगाच्या दगडाच्या भीतीनं लांब पळून गेलेली माणसं धावत आडाच्या काठावर आली; वाकून पाहू लागली तर पाणी!

काळशार, काचंगत पाणी पाषाणात थुईथुई उडत होतं. झरा लागला होता. पाणी पाहून सगळेजण ओरडले.

देनानं खाली जाऊन सुरुंगानं फुटलेला खडक बाजूला केला अन् पाण्यानं जोर धरला. तसं सीताराम वरनं ओरडला, "आरं भाहीर येऽ पाण्याची वटी भरू दे; त्याशिवाय आत जाऊ ने.''

पाण्याची ओटी भरली. हळद-कुंकवानं पूजा केली. आडाच्या आजूबाजूला साफसफाई केली. गवंड्याकडनं थारोळ्यावजा बांधून घेतलं. थोडा कठडा चहूभोवती चढवला. वर्गणीतच जवळजवळ भागल्यानं आम्ही पाच-सहाजण खुशीत होतो.

"आता उद्‌घाटन करून टाकू-'' मी म्हणालो.

"कोणत्या मंत्र्याला बोलावताय?'' सदा म्हणाला.

"मंत्र्याचं रं काय काम? आपल्या पैशानं आड खांदला आन् मान आयता त्यानला व्हय?'' म्हैपा म्हणाला.

"ती पद्धत हाय. तवा म्हणलं...'' सदा.

"माझं म्हणणं सीतारामच्या हस्ते उद्‌घाटन करावं, बिचाऱ्यानं उरापोटी काम केलंय...''

"काय?" दोघं-तिघं किंचाळल्यागत म्हणाले.

"का? दचकाय काय झालं?"

"बाबूऽराव तुम्हाला एक सांगतूऽ आडावर त्या समाजाला पाणी भरून देणार न्हाय आम्हीऽ हां कुत्रं-मांजर जनावर न्हाय, आन् म्हारमांग माणूस न्हाई."

"आरं असं कसं?"

"तसंचऽ आपली रीत आपून सोडूनै आन् त्यांनी पायरी... "

"आयला, ही गंमतच हायेऽ आरं बाबानू आड खांदला कोणी?"

"आपून ऽ वर्गणी करून... "

"तसं नव्हं; काम म्हणतू मी."

"आपल्याच गावातली की... "

"आरं बाबा, मांगाच्या अन् महारांच्या पोरांनी खांदलं का न्हाय... पाणी लागलं तवा तीच खाली होती का न्हाय? म्हंजी पाण्याला पयल्यांदाच विटाळ झालायऽ बाटलाच की तुमचा आड?"

"छ्या, छ्या! उगं कायतरी पाइंट काढू नका! ती पूजन करायच्या अगोदरचं वो... आता एकदा पूजन करून आपून पानी भराय लागल्यावर त्यांची शिवाशिव कशी चालंल?"

"वाडवडिलांपास्न चालत आलंय ते खरं..." पांडूतात्या काठी हलवीत म्हणाले.

"तात्या, अवो ती काय माणसं न्हाईत? त्यांनी तरी पाण्याला कुठं जावावं? देवदयेनं लागलंय पाणीऽ तुमच्या बी वाचेला यश आलंयऽ प्यालं सगळ्यांनी पानी तर काय होईल?"

"काय हुतंयऽ आम्ही वाढूच की सगळ्यानला"

"तुम्ही काय सगळ्यांना शेंदून पाणी देणार?"

"जसं मिळंल तसं घेवावं त्यांनी..."

मांगवड्यातनं पाच-सहाजण येऊन बसली. महाराची पाच-सातजणही आली.

सगळीकडं जरा वेळ शांतता पसरली.

"मंग काय?" मी विचारलं.

"कशाचं? आपलं ही हाय ती बराबर हायऽ त्यात बदल न्हाय होणार"...

"आरं, असं कसं?"

"तुमचं म्हणणं आड बाटवावा? धा गावांत आपल्याला त्वांड दाखवाय जागा र्‍हाईल का? पै-पाव्हणं काय म्हणत्याल?"

"काय म्हणत न्हाईत...पाण्यासारखं पुन्य नाही. पाण्याइतकं पवित्र दुसरं काहीच नाहीऽ गंगा सगळी पाप धुऊन न्हेतीयऽ."

सगळ्या संतांनी ह्येच सांगितलंय. एकनाथमहाराजांनी तर त्या काळातही

शिवाशिव पाळली न्हाईऽ गंगा आणली तर देवावर न घालता तहानेल्या गाढवाच्या मुखी गंगा घातली अन् जीव वाचवला. आरं आत्मा हिथूनतिथून एक हायऽ ''

"बराबर हाय अण्णाचं!" सीताराम बोलला.

"ए, तू गप्प बस मांगटत्याऽ" हिरवाट काशा बोलला तसं वातावरण तंग झालं.

"काशिनाथऽ!" मी त्याला दाबला. "आयलाऽ बाबुरावला पंचायतीच्या निवडणुकीला हुबं ऱ्हायचं दिसतंयऽ" म्हैपा पुटपुटला; तसे सगळेजण हसले. वातावरण थोडं सैल झालं.

"म्हैपा तसं काय न्हाय-" म्हणत मी त्याला अन् सदाला घेऊन बाजूला गेलो, माणुसकीनं पाणी द्यायला पायजेच. जरी खासगी जागेत आड असला तरी आपण वर्गणी करून पाडलाय, उगच वरनं सरकारनं दट्ट्या लावल्यावर मग पाणी भरून द्यायचं त्यात काय आपली शोभा राह्यली? वगैरे वगैरे सांगून त्यांना कसंतरी तयार केलं अन् परत घोळक्यात आलो.

आता कायतरी बोलणार एवढ्यात देन्याचा शहारात असणारा, झिंज्या वाढवलेला हडकुळा भाऊ उभा रायला, "आरं, कशासाठी बसलायं रं ह्यांच्या नाकदुऱ्या काढंतऽ च्यायलाऽ ही न्हाईत ह्यांचं बाप देत्याल पानी भरून! सगळं कावे हायेत लेकानूऽ. संतांचं काय दाखलं आन् पोथ्या-पुराणं? तुमच्याकडून थोडक्यात काम करून घेतल्याऽ आन् आता ही उगं तू कर मारल्यागत, मी करतू रडल्यागतऽ असं चाललंय. कळंना व्हय? चला रं, मी करतु तारा वर. आम्हाला पाणी भरून दिलं न्हायऽ मारहाण केली, जातीवर्न शिव्या दिल्या. न्हाय दोन-दोन वर्षं खडी फोडाय पाठवलं तर..."

"आरं, आरं करत देना व सीताराम त्याला आवरत होती. पर ते येडं काय पण बोलत सुटलं होतं. ताळ्यावर आलेला सदा, म्हैपा त्याच्या बोलण्यानं पार बिनसून गेले. धोतराचा सोगा हातात धरून उठून उभा राहात म्हणाला, "बघाऽ बघाऽ बाबूरावऽ अशी जात असतीयऽ उगं न्हाय आम्ही म्हनतऽ... कसं पानी भरताय तीच बघतूऽ आड खासगी जागेत हायऽ आम्ही पाडलाय, च्यायलाऽ आड आम्ही पाडायचाऽ पैका आम्ही खर्चायचा आन् ह्यो गवशा आम्हाला खडी फोडाय पाठवनार?... शिकून आला म्हंजी काय लई शिंगं फुटली काय रं?"

वादानं वाद वाढत चालला अन् सगळं जमत आलेलं असताना असं कसं झालं म्हणून विचार करत मी खरं कोण आडाच्या आड आलं याच गुताड्यात पडलो... कालवा वाढत चालला होता अन् आडातलं काळंशार पाणी स्वतःशीच हसल्यागत लहरा मारत होतं.

◆

सौदा

बाजार मोडायचा वखुत झाला तसं देना कावबारला. आपल्या गाईला आता गिऱ्हाईक येत नाही याची खात्री झाली. उनानं डोस्कं भगभगायला लागलं होतं. आता जर गाय विकली गेली नाही तर तिच्या चालीनं गाव गाठायचं म्हणजे कठीण होतं. त्यात व्यायला झालेली. सकाळपास्नं नुसतं वरवर चौकशी करून जाणारेच भेटले. हेड्या मागं लागला होता; परंतु त्याला देनानं दाद न दिल्यानं त्यानं सगळं पारडंच फिरवलं होतं. त्यात पाऊसपाणी नव्हतं; दुष्काळाच्या छायेनं शेतकरीच आपापली जनावरं बाजारात आणत होते. खिलारी कोचदार शिंगाची बळईच्या पखागत पांढरीफेक, व्यायला झालेली आपली गाय बाजारात जाईस्तवर गिऱ्हाईकांच्या उड्या पडतील, दुपारच्या आत आपण पैसं कंबरेला लावून घरचा रस्ता सुधारू असं वाटलं होतं; पण झालं होतं उलटंच! एक-दोनजणांनी मागितली ती एकदम भाव पाडून. त्याला निदान त्या गाईचे साताठशे तरी यायला पाहिजे होते. तर काहीतरी पोरीचं लगीन उलगडून निघालं असतं. खरं तर गाय विकायचं कुणाच्याच मनात नव्हतं. काल तिसरा पारा गाय धुऊन, भाकरी बांधून तो बाजाराला जायला निघाला तसं पोरांनी रडून कालवा केला होता. धाकटा दत्तू, आनंद्या सगळ्यांनीच डोळ्यांत पाणी आणलं होतं, कानकोंडी झालेली जगी, त्याची थोरली पोरगी, कोपटाच्या आतल्या बाजूला उभी होती. तिला माहीत होतं, दादानं तिच्या लग्नापायी गाई विकाया काढलीय. भावांचा हलकल्लोळ ती बघत होती. तिचं तिलाही वाईट वाटत होतंच. सगळ्यांनी जीव लावून सांभाळलेली गाय. आंद्या, दत्त्या कुणाच्याही बांधाचं गवात, उसाचं वाढं हीऽ भारा आणायचे. देनाही गाईला कामाच्या जागी घेऊन जायचा. अगदी गोटीगत गाय ठेवली होती. आता वेल्यावर घरात मवारी झाली असती. दुधाताकाबरुबर पोरांनी भाकरी कुस्करून खाल्ली असती. या विचारानं देनाची बायकोही खुशीत होती; पण अचानक जगीला 'पाव्हने' बघायला आले; झटक्यात जमलं काय आन् सुपारीबी फुटली काय! आता

पुढच्या तयारीला लागायचं म्हटल्यावर जोडाजोडी करायची पाळी आली. आता आपल्या घरात काय धान्यांची पोती का काय? काढावी ठेल लावावी पेठंलाऽ आपलं हातावल्लं पोट; पण हे सोयऱ्याला सांगून काय उपेग? न्हाय-व्हय करताकरता दोनेकशेतं हुंडा ऽ मानपानंऽ आन् लगीन करून द्यायचं कबूल केलं होतं. आता कसंही हारहार म्हादेव करायचं म्हटलं तरी कपडालत्ता, उलीकशी भांडी, वऱ्हाडाचं जेवण-खाणं, निदान भावकीतली तरी जेवायलाऽ म्हागाय ही असलीऽ कश्याच्या जिवावर हे सगळं निभवून न्यायचं? शिवाय जगी दोन पोर गेल्यावर झालेली. ही तरी जगू दे म्हणून 'जगी ' नावं ठेवल्यालं. पयली बेटी तूप-रोटीऽ तूप-रोटी कश्याची मिळतीय खरं, पर आपलं बरं चाललं! खाऊन-पिऊन सुखी. हे कालवड थोडक्यात घेतल्यालं. वज राखली. अवलाद चांगली लागली. आता कायतरी आळणी पुळकवणी खाल्लं असतं तर हे उभं ऱ्हायलं म्हणून तिला जीवाच्या करारानं बाजार दाखवला तर बाजारात हे असं. आयला काय करावं! चार तरी वाजलं असत्याल. आता काय गिऱ्हाईक येईल म्हणून भरवसा नाय! आता हेडी आणि कसाबं तेव्हडी 'आरेऽ देऽ देऊन टाकऽ घरी न्हेऊन काय करतुयासऽ म्होरल्या बाजारी तर कुत्रं बी इचारणार न्हाय बघऽ चल, पन्नास आगाव ऽदेऽ' करायला लागले. गिधाडांनी घिरट्या घालाव्यात तसे. देनानं विचार केला. आता काही खरं नाही. पैसापरी पैसाही येणार नाही अन् उगं कसाबा-खाटकाला गाय देण्यात आर्थ नाहीऽ त्यानं मेख उपटली आणि गावचा रस्ता धरला.

गाय लोंबकाळली होती. एक-दोन दिवसांवर आली होती. झोळ सुटला होता. त्यामुळं त्याला भरभर चालता येत नव्हतं; तरीपण त्या मानानं गाईनंच उचलता पावऽ धरला होता. जित्राबाला पण कसं कळतं कुणाला म्हाईत! पण काल घरनं निघाल्यापासनं गाईनं नितराशीनं वैरण खाल्ली नव्हती की पाणीबी नीट प्याली नव्हती. बाजारात हंबरून ती देनाकडे बघे तेव्हा त्याचं काळीज गलबलून उडे. मानेखाली हात घालून पोळी खाजवत तो पुटपुटे, 'बयाऽ तुला न्हाय कसाबाला देतऽ नकू हंबरू!'

तेच, बाजार सोडून घरच्या रस्त्याला लागल्यावर गाईनंच उचलता पाय घेतलेला बघून तोही मनातनं आश्चर्यचकित झाला होता. तिचा आपल्या घरचा शेर संपलेला दिसत न्हाय. आपल्या पोराबाळांच्या मुखात खर्वस, दूध जायचं हाय तर ती कशी जाईल? हूं दे कसं बी! पण कसं हुणार? जगीचं लगीन कसं उलगडायचं? आता पाव्हण्यांचा सांगावा येईल... त्यांचं म्हणणं आखाडाच्या आत तांदूळ पडलं पायजेत. नाहीतर मग तुळशीबारशीच्या लग्नानंतर एकदम मार्गेसरात आन् तेव्हढं तर पाव्हने थांबायला तयार नव्हते. मोठा प्रश्नच होता. पैसा कश्याच्या जीवावर जमा करायचा? व्याजानं आपल्यासारख्याला कोण देणार आन् आपल्याला ते कसं

परवडायचं? व्याज देणंसुद्धा जमणार नाही ते मुद्दल कसं फिटायचं? आन् हे सगळं माहिती असणारा गावातला कोण माजलाय पैसे द्यायला? व्याजाला सोकला, मुद्दलाला मुकला म्हणायचीसुद्धा सोय नव्हती. काय करायचं? कसं करायचं याच विचारात देना चालत होता. पाठीवर राहिलेल्या भाकरीचं गाठोडं होतं, पोरानला बाजारातनं शेव-बीवसुद्धा घ्यायचं सुचलं नव्हतं. गाय विकली गेली असती म्हणजे नितराशीनं बाजार करता आला असता. असू दे पोरं गाय परत आलीय म्हणल्यावर अशी नाचत्याल की, त्यांना खाण्याची आठवणसुद्धा व्हायची नाही; पण जगी... जगीची आई... दोघींचा विचार मनात येताच त्याची चाल मंदावली. गाय पुढं ओढतच होती. गर्भारपणाचं तेज तिच्या अंगावर चढलं होतं. जागजागी पाणी दिसत होतं. कास दोन्ही मांड्यांमध्ये फुगार धरू लागली होती.

एखादा वाटेत विचारी, 'काय पाव्हनं! केव्हढ्याला आणली म्हनायची. अस्सल खिलारी दिसतीया?' तो मान हलवत न्हाय म्हणायचा अन् पुढं चालू लागायचा.

दिवस मावळतीला गेला, रस्ता बराच उरकला होता. घराच्या ओढीनं गाईनं बरंच अंतर कापलं होतं. आता त्याचं त्यालाच आश्चर्य वाटलं. का आपणच बाजारातनं लौकर निघून आलो? त्यानं ऐकलं होतं, चाकाचोळा बघून काही गिऱ्हाइकं चारच्या पुढं चाल करतेत. सौदा जमवतेतं. आपण सकाळपास्नं ताठलेलो. त्यात मनापास्नं आपल्यालाही वंचाळीला इकू वाटतच नव्हतं. कदाचित त्यानं तीन-साडेतीनलाच बाजार सोडला असावा. आता दिवस मावळायच्या बेतात होता. पाखरं माघारी चालली होती. गुरं नदीवर आली होती. बाया डोक्यावर सरपणाचे, गवताचे भारे घेऊन कलाकला करीत गावाकडं परतत होत्या.

तो नदीत उतरला. पलीकडे गाव होते. संध्याकाळची कोवळी किरणे समोरच्या देवळाच्या शिखरावर पडली होती. नदीकडेच्या डगरीवर असलेल्या थडग्यावर पोरं गाय सोडून बसली होती. बगळ्यांची रांग गावावरून दूर उडत निघाली होती. दूर मेंढरांमुळं धुरळा उडालेला अन् मेंढक्यांचा हाऽ हाऽ ऐकू येत होता.

गाय पाण्यात उतरली. मोकळ्या मनानं पाणी प्याली. सवयीनं तो शीळ घालत उभा राहिला. दम घेत गाईनं पुन्हा पाण्याला तोंड लावलं. त्यानंही धोतर, चपल्या एका हातानं धरून दुसऱ्या हातानं चूळगुळणा केला. गार पाण्यानं त्याचा चालण्याचा शीणवटा दूर पळाला. पाण्याच्या हबकाऱ्यानं चिकट झालेलं तोंड स्वच्छ झालं. धार ओलांडून तो वाळूत आला. वर केलेलं शेपूट गाईनं खाली केलं. वंचळी खरंच गुणाची होती. कधी तिनं पाण्यात शेपटाचा गोंडा भिजू दिला नाही की सपकाऱ्यानं मागं कासरा धरणाऱ्यावर पाणी मारलं नाही.

'चलऽ हैक' करत तो डगर चढून वर आला.

'अगं बयेऽ अजून दोन कोस चालायचंयऽ मुक्कामाला गेल्यालं बरं अशी

दिसात पडलेली तूऽ आवलगामी काय झालं तर आडरानात मी एकटा म्हणून काय करू?' असं स्वतःशीच पुटपुटत देनानं तिला हाकलली तरी तिच्याच्चानं पाऊल पुढं टाकवनाऽ त्यालाही दुसरीच लक्षणं दिसू लागली. कसंतरी हाईक हाईक करीत तो गाव जवळ करू लागला.

'गाय येणाटलेली दिसतीयाऽ' कार्रकार्र ऽऽ लगड वाजवत एकजण मागनं आला अन् असं म्हणत पुढं निघून गेला. त्याच्या पोटात धस्स झालं आन् ही बया जर हिथं व्याली तर सगळी आबदाच की! राती ऱ्हायाचं कुठं, वासरू सांभाळायचं कसं आन् काय? तरी बरं गाव जवळ हाय, कुणाच्यात तरी मुक्काम करू. आडरानात काय केलं असतं? असा विचार करीत देना गावाजवळ आला.

गावालगत गुरांचे परडे होते. गुरं दावणीवर आली होती. गडी गुराला दावी लावीत होते. गाया हंबरत होत्या. वासरे ओढ घेत होती. देना रस्त्याकडेच्या परड्यात गाय घेऊन गेला.

गाय उठाबशा करू लागली. बाजेवर बसलेल्या साहेबराव वाघमोड्यांनी तिथूनच त्याला हाटकलं.

'कोण हाय रं? आरं कंच्या गावचा तू?'

'रामराम पाटीलऽ मी देना मांग हाय. पिरळ्याचा'

'आरं हिकडं कुठं बाजारला गेलता का काय बारामतीच्या?'

'व्हय जी...'

'गय आणलेली दिसतीय... केव्हढ्याला रं?'

'न्हाई मालक... इकायला न्हेलती पर गिराईकंच लागंना ऽ कशीबी मागाय लागली तवा चालीवलीय माघारी.'

'बारकाईनं बघत साहेबराव अण्णा बोललं, लेका गई येनाटलीय, उठाबशा काढतीय नव्हं?'

'तर काय, मोठी आबदाच झाली की...'

'कशाची आबदा? बरं की लेका हिथवर दम काढलाऽ न्हायतर आडवाटंला काय केलं असतं रं? गड्यांना पाचारण करत अण्णा पुढं बोलले- 'ये म्हादा, सोपाना जरा बघा रं... आपलं काय न् त्याचं काय जित्राब हायऽ सुटली म्हजी बरं...'

गडी गुरं दावणीला आळपून गाईजवळ आले तसं ती बावरली. येणा बंद झाल्या. तसं बाजंवरनं अण्णा ओरडले, 'आरं बघा म्हंजी काय हत्ती-शिंव्ह बघायचा असल्यागत म्होरं जाऊन टक लावून बघा म्हणलं व्हय रं? ये काय तू... समदी जरा आडमोरी याऽ तसं काय अडचण आली तर व्हा म्होरं; पाय बी दिसू द्या की लेकानू...'

मग सगळे बाजूला झाले. दावणीच्या गाया कान टवकारून, चिपाडं फोडायची ठेवून नवीन गाईकडं पाहू लागल्या. बाजेजवळ येतेन तोच खूर दिसू लागले.

सगळीजण श्वास रोखून गप्प बसली. जरा खूर जादा बाहेर दिसताच अण्णानी खूण केली. तसं म्हादा उठला, दोन्ही हातांनी खूर धरून वासरू बाहेर ओढलं. गाय धडपडत उठून उभी राहू लागली तसं दगडानं त्यानं नाळ तोडली. फेंगडत फेंगडत वासरूही उभं राहू लागलं. गाय परत बसलीच होती. वासराला तिच्याकडं केल्यावर चाटू लागली. महादा ओरडला. 'खाँड हाय अण्णाऽ पांढराफेकऽ' देना मनोमन सुखावला. आपलं नशीबच दांडगंऽ थोडं कमी-जादा दूध खायला मिळंल; पण वासरू जपलं तर दीड-दोन हजाराला मरण न्हाय... या विचारानं त्याच्या मनात आनंदाच्या धारा लागल्या. वासरू धडपडत होतं. गाय चाटत होती.

अण्णा म्हणाले, 'आयला नशिबवानं दिसतूयस. लेका, न्हायतर बाजार दाखवून म्हाघारी येतीय काय अन् खाँड हुतंय काय? आज बरं झालं हिथं झाली ती. न्हायतर रातचं अंधाराचं काय केलं असतं लेका...'

'तर काय मालक लई उपकार झालं; न्हायतर माझं हाल कुत्र्यानं खाल्लं नसतं' तो दोन पायांवर खाली बसत म्हणाला.

'तुझं हाल काय घेऊन बसला मर्दाऽ कुत्र्यांनी वासरू नसतं ठेवलं. काय आडरानात गाय सांभाळणार का वासरू घेणार का चालणार? ऑ?'

'तर काय हो..'

'कुठला, पिरळ्याचा न्हाय का तू?'

'व्हय जी'

'आमचं पाव्हणं शिवराम पाटील'

'आता वोऽ आमचं पाटीलच की आन् तुम्ही बी वळकीचच की वो.'

'मला वळखतूस?'

'आता तुम्हाला वळखत न्हाय असं कसं व्हईल वो? सभतंनं परचारात असतायचं की तुम्हीऽ आता आम्ही वळखतूय पर तुम्हाला काय वळख असणार..?'

'आता समदीच काय धेनात ऱ्हातेत?'

'खरं हायेऽ पर आपल्या रूपानं देवच भेटलाऽ तुमच्याह्यानं गाईचं बरं झालंऽ-'

'आरं सोपाना, घराकडनं येताना भरडा वाईच जादा आणाऽ असली तर बाजरीबी टाका म्हणावंऽ' पुढं त्याच्याकडं बघत ते म्हणाले, 'आन् तूबी ये घराकडं जेवायला... हितं आमचा एखादा गडी आल्यावर...'

'कश्याला पाटील... भाकरी हाय माझीऽ हिथंच खाईन बसून...'

'आरं पर ये की घराकडं... पाण्याची सुय काय हिथं?' आणि गड्यांना ते वैरणकाडीची, धारापाण्याची तंबी देऊ लागले. देना निश्चिंत झाला. झाले हे बरे झाले. रात्रीची सोय झाली. मालक चांगला मिळाल्यामुळे गाईची आपली चांगली सोय झाली.

उरावरचं ओझं हलकं झाल्यागत तो खाली ऐसपैस बसला. गायीकडं कौतुकानं पाहू लागला. खांबावरची ट्यूब लागली. परड्यात चांदण्यागत उजेड पसरला. त्याची गाय अन् खोंड झळाळून उठली. अण्णा सगळं झाल्यावर घराकडं निघाले. जाताजाता त्यांनी पुन्हा घराकडं जेवायला ये म्हणून बजावलं.

जरा वेळानं गडी परड्यात आला. त्यानं आण्णानी घराकडं बोलावलंय म्हणून सांगितलं. गाईपुढं त्यानं भरडा ठेवला. वासरू गायीला लुचायला लागलं होतं. वार पडस्तवर कुत्र्यापासून सांभाळायला पाहिजे होतं. देनानं गड्याला बजावून सांगितलं. त्याला विचारलं, 'कुठशीक हाय घर..?'

'ह्यो काय समोरचा वाडाऽ थी ऽ ट्यूब दिसतीया... हा' त्यानं सांगितलेल्या मागावर तो घराकडं गेला. अण्णा वट्यावरच बसले होते. तो खाली बसला.

'गाय चांगली दिसतीय रं..'

'व्हयजी. अस्सल खिलार हायऽ... बैल बी खिलारीचं दाखवला हुता...'

'आस्सं?' पाय हलवत आणि टोपी काढून डोकं कुरवाळत अण्णा म्हणाले. तेव्हढ्यात लुगड्याचा घोळ वर धरून, हातानं पदर सावरीत पाटलीणबाई आल्या.

'व्हय वं.. ?' त्यांनी पाटलांना विचारलं.

'काय?'

'ह्योच का त्यो मांग? आपल्या परड्यात ज्याची गयी येलीया?'

'हां... आगंऽ बारामतीला न्हेलती ह्यानं इकायला.' 'आता कोन घेतंय' काळ तर असला पडलायऽ आला दिवस मावळायच्या वक्ताला. गाय एणाटलीयऽ आयला म्हणलं, आपलं काय आन् लोकाचं काय जित्राबच हायऽ येतु परसंगऽ म्हणलं, ऱ्हा परड्यात रातची रात अजून वार पडायची ऽ त्याला मीच म्हणलं, ये घराकडं जेवायला ऽ काय रं?'

'व्हय कीऽ' तो खाली मान घालून म्हणाला.

'बरं झालं की बया! नव्हं मी काय म्हणतेऽ त्यानं इकायलाच न्हेलती ना बाजाराला? मग देत असला जमवून तर आपल्यालाच का घेत न्हाय? आला मांग फिटं पांगऽ'

'आसं म्हणतीस?' अण्णा डोक्यावर टोपी ठेवत म्हणाले.

'बघा बयाऽ म्या काय अजून गईबी बघितली न्हाय का वासरू बी, पर दत्तु म्हणत हुता, खाँड लई झकास झालंय, आन् गई बी...'

'काय रं? पाटलीणबाई काय म्हंत्यात?' साहेबराव अण्णांनी देनाला विचारलं.

मातीत रेघोट्या ओढत देना म्हणाला, 'आता मालक, मी तर इकायलाच न्हेलती! नव्हती इकू वाटतऽ पोरानला तेव्हढंच पुळकवणी ऽ पर पोरीचं लगीन जमल्यालं हायऽ विलाजच चालंना? पर बाजारातनं बी म्हाघारीचऽ त्याच घोरात

हुतो, पावण्यान्ला काय सांगावा द्यायचा! आता तुम्ही घेत असला तर बरंच की.'

'काय सांगणार बोलऽ होऊन जाऊ दे सौदा.'

'आता काय तुम्हाला म्हायती हायेच की...'

'न्हाय; पण तुझ्या तोंडून काय तरी येऊ दे की...'

मग त्यानं आढेवेढे घेत हजार रुपये सांगितले. बराच वेळ वाटाघाटी झाल्या. खोंड हाये मालक वगैरे म्हणून झालं तर पाटलीणबाईचं, आरं खोंड असला तरी अजून त्याला सांबाळायलाच दोन वर्षे लागतीलऽ आज झाला की उद्या गाडीला जुंपता येतूय काऽ बरं खोंड हाये म्हणून आम्हाला दुधाचा बी फायदा नाही वगैरे... मग देनानंही विचार केला आपण बाजारात आठशेला द्यायला तयार होतोच. आपलीही अडचण आहेच. आता माघारी नेऊन पाव्हण्याची काय सोय लावायची? गाईला सांभाळायचीऽ खोंडाला जपलं तर त्याचा पैसा; तो पण दोन वर्सानं. तोपर्यंत जगीचं लगीन ठेवून जमणार होतं का? गाय चांगल्या खात्या दावणीला जातीय असा विचार करून त्यानं शेवटी आठशेवर सौदा मिटवला. मग पाटील जेवायला उठले. त्यालाही भाकरी कालवण आणून दिलं. जेवून बाहेर येताना,

'एऽ काय तुझं नावं! आयला धेनातच ऱ्हात न्हाय बघ.'

'देना हाय जी.'

'हां देनाऽ पैसं सकाळचं घेऊन जा... आता जा परड्यात गाईजवळ झोप. आन् लक्ष ठिवाऽ कुतरीबितरी वासराला धरतील आंऽ मी येतूयच म्हणा तिकडं...'

...तो परड्यात आला. बरंचसं ओझं हलकं झाल्यागत वाटत होतं. जरा कमी आले पैसे; पण चला, आपल्यामागचा घोर मिटला. जगीचं लगीन उरकून टाकू... तो निश्चिंतीनं झोपला. गाय आता त्यांची झाल्यागत होती. एकाला सोडून दोन-तीन गडी होते. पाटलांनी त्यांना आपण गाय घेतल्याचे सांगितले होतेच.

...सकाळ झाली. धारापाणी झाल्या. त्याला निघायची गडबड होती; पण बोलायचं तरी कसं? म्हणणार, आरं काय झाडलोट, धारापाणी, चहा बी होऊन देतूय का. तो आपला मुकाट्यानं परसाकडेला वगैरे जाऊन आला. ओढ्यावरंच तोंड धुऊन आला आन् वाड्यासमोरच्या वट्यावर टेकला.

अण्णा तोंड धुऊन धोतराच्या सोग्यानं तोंड पुसत आले.

'काय निघाला काय? च्या घेऊन जा की...'

'व्हय जीऽ जाऊ द्या की..'

मग चहा आला. कोनाड्यातल्या फुटक्या कपातनं त्यानं फुर्रऽफुर्रऽ करत चहा घेतला. मिशा पुसत तो पाटलांच्याकडं आशेनं पाहू लागला. अण्णानी मग सावकाश तंबाखू खाल्ली हात झटकत, पिशवी निवांतपणे बांधून खिशात ठेवत त्यांनी दत्तूला हाक मारली.

'ह्येचं बघाऽ' खिशातनं शंभराच्या पाच नोटा काढून दत्तूच्या हातावर ठेवत ते म्हणाले, 'पावती करून घ्या. येऽ काय आयला हां देना, आता लेका पाचशेच हायेतऽ आता आम्हाला काय सपान पडलंय का काय, तू अशानं असा गई घेऊन येतूयंस.'

'मालकऽ माझी तर लई अडचन हायेऽ पोरीचा हुंडाऽ कपडालत्ताऽ म्हणून तर-'

'आरं मंग आम्ही कुठं न्हाई म्हणतोयऽ! पर आता पाचशे घेऊन जाऽ पुन्हा येकी माघारीऽ कुठं लांब हाय का काय?'

'न्हाय पर सगळंच आडवं हुतंय वो!'

'काय आडवं न्हाय अन् उभं न्हायऽ रामपाऱ्यांत काय मनात आणू नकूऽ ही पैसं घी आन् पुन्हा चार रोजानं यी. तोपातूर करतू सूयऽ काय?'

'आता काय पाटीलऽ माझं सगळंच आडवं हुतंय वो!'

'आरेच्या ऽ सांगतूय ना! काय आडवं होत न्हायऽ दत्तोपंत तेव्हढी पावती घ्या लिहून त्येच्याकडनंऽ आन् चार दिवसानं आला तर बाकीचं तीनशे रुपयं देऊन टाका मी नसलू तरी' अन् अण्णा उठले; आता काय बोलणेच बंद झाले. मग त्यानं मुकाट्याने पैसे घेतले. पावतीवर अंगठा केला. असू देऽ मार्गी तर लागलं. मालक माझा घोटाळा करू नका बरं का, पोरीचं लगीन धरल्यालं हाय असं दत्तूला बजावत बजावत व रामराम करत तो निघाला.

घरी आला त्या वेळी चांगला अकरा-बाराचा सुमार झाला होता. त्याची बायको, जगी घरीच होत्या. त्याची वाट बघत, काळजी करत. त्यानं मग काय झालं ते सांगितलं; बरं झालं, गाय खाल्ल्या दावणीला गेली. पाटील राहिलेलं पैसे देईल शिवधडीचा हाय वगैरे... मग देना पुढच्या तजविजीला लागला.

पाव्हण्याला सांगावा गेला. घरात लगबग चालू झाली. काय हवं - नको तो बाजार आणला गेला. पाव्हण्याच्या हुंड्याची रक्कम पाहुण्यांना पोहोच करून आला, दोन-तीन भावकीतली माणसं बरोबर नेऊन. कश्याचा टिळा न् काय गरिबांना परवडतोय? नवऱ्या मुलाला टोपी, टॉवेल अन् पैसे ठेवले हातात अन् माघारी आले.

चाराच्या तिथं आठ दिवस होऊन गेले अन् तो साहेबराव अण्णाकडं गेला. अण्णा घरी नव्हते. दत्तूही नव्हता. पाटलीणबाईंनी आधी ओळखलंच नाही. नंतर त्या म्हणाल्या, आज दोघं बी न्हाईतऽ पुन्यांदा ये बाबा–

तो तसाच हिरमुसल्या चेहऱ्यानं परत फिरला. पाच-सहा मैलांचा तंगाडा, इकडला रोजगार बुडाला तो वेगळाच! आन् पोरीच्या लग्नाची तारीख जवळ येत चाललेली. दोन-तीन दिवसांनी तो पुन्हा साहेबराव आण्णाकडं आला, सकाळी सकाळीच! घरनं तो भल्या पहाटेच निघाला होता.

अण्णाच्या वाड्यावर नेहमीप्रमाणंच गडबड होती. गडी धारापाण्याच्या गडबडीत होते. बायकांची पाणी तापवणं, झाडलोटऽ अण्णा परसाकडला गेले होते. तो ओट्यावर टेकला. मग बराच वेळ अण्णा आलेच नाहीत. परड्याकडनं गडी दुधाच्या चरव्या घेऊन आले.

'पाटील हायेत का तिकडं?' त्यानं विचारलं,

'व्हयऽ परड्यातच हायती...'

त्याला वाटलं, तिकडंच जावं. गाईलापण बघून यावंऽ खोंड एकदा नजरेखालून घालावं. तो उठला परड्याकडं गेला. पाटील बाजेवर बसले होते. अजून एक-दोनजण होतेच.

'राम राम...' देनानं रामराम घातला.

'राम राम' तुटक आवाजात पाटील म्हणाले. देनाचा आवाज ऐकून गाईनं कान टवकारले. त्याच्याकडं काळ्याशार डोळ्यांनी बघितलं. त्याच्या काळजात कुठंतरी हाललं. आज गाईला अन् वासराला पोरांनी कुठं ठेवू अन् कुठं नको केलं असतं, काय करता भोग हायऽ

पाटील दुसऱ्याशीच बोलत होते. तो दोन पायांवर बसला. जरा वेळानं त्याच्याकडं वळून बघत म्हणाले,

'काय रं?'

'काय न्हाई! मधी येऊन गेलतू पर तुम्हीबी नव्हता आन् धाकलं मालकबी नव्हतं..'

'ह्ये बघऽ आम्हाला काय तुझी गाय नकू...'

पाटील असं म्हणल्यावर तो उडालाच.

'असं व कसं?'

'कसं म्हंजीऽ आता तुला काय सांगायचं? खोंडाच्या पाठीवर हाय भवराऽ त्या दिवशी रातचं अंधारचं कोण बघत बसंल! तर तू आपली गाय अन् ती वासरू घेऊन जा आन् आमचं पाचशे रुपये आन् सांभाळण्याचं काय असंल ते आणून दी. काय अगतराव?' त्यांनी बाजेवर बसलेल्या शेजारच्या माणसाला विचारलं.

'तर काय हो! आपुन गई घेतली कशासाठी, खोंडासाठी! त्योच जर बाद म्हणल्यावर... रीतीनंच हायऽ पैसं आणून द्यावेत, गई घेऊन जावी–'

देना चांगलाच हबकला. आता पैसे कुठून आणणार? निम्मा-अर्धा लग्नाचा बाजार करून झाला होता, तीथ धरली होती अन् हे काय आपल्यापुढे उभे राहिले. त्याच्या डोळ्यांपुढे काजवे चमकले.

तो काहीच बोलत नाही असं पाहून पाटीलच पुढे म्हणाले, 'ह्ये बघऽ पाचशेच निक्त आणून दे. सांभाळायचं काय मर्दा माझ्या साताठ गया त्यात ही एकऽ

आम्हीबी खाल्लं की उलीस दूधऽ ती जाऊ देऽ तर आपलं पैसे आणून दी...'

'आवो पर मालक, मी माझी अडचण सांगितली हुतीऽ आता लेकीच्या लग्नापायी मी गई काढलीऽ निमार्धा खर्च बी करून बसलूय...'

'ती तुझं तू बघऽ-' अण्णा उठले.

तो त्यांच्याबरोबर घरापर्यंत बोलत बोलत आला. त्यांचं एकच पालुपद - खोंड अवलक्षणी हाय, मला गाय नकू. मग घरी आल्यावर त्यांनी पाटलीणबाईवरही ताव काढला. काय कळत न्हाई ऽ उगंच खोडील जित्राब गळ्यात पडलं. पाटलीणबाई आचाऱ्या का बिचाऱ्या होऊन बसल्या.

'जरा वेळानं त्यानं विचारलं, 'मंग काय करताय पाटील?'

'आता इतका वेळ रामायण ऐकून, पुन्हा रामाची सीता कोण म्हणून इचार मला! हे बघ, एकच सांगतू मला तर गाय नकूऽ पर आता झालायच सौदाऽ तुझं बी पैसं खर्चून गेलं म्हणतूसऽ आम्हाला तर गाय नकू बाबाऽ पर ...पर दिलं तेव्हढ्यात पुरं झालं म्हणायचं-'

'काय पाचशे रुपयांत?' तो चटपटला.

'मग मी काय जोरा करतुय? आपली रक्कम आण, गाय घेऊन जा. तिकडं हजाराला इक, न्हाईतर बाराशेला इक; माझं काय म्हणणं न्हाई... बघ बारामतीला कुणी घेतंय का ते?'

'आता अण्णाऽ...'

'ह्ये बघ, मला येळ न्हाई. एस. टी. गाठायचीय. मीटिंग हाये माळशिरसाला. तू आपला एक काय ते सांग. पैसे घेऊन येतूस का मिटला एवढ्यात व्यवहार?'

'तुम्ही मोठं हेळक करून ठेवलं पाटील.'

'उगं रामपाऱ्यात कचवच करू नकूस... आन् आता जा. नीट इचार करून ये.' अन् ते उठले. धोतराचा सोगा खांद्यावर टाकत न्हाणीकडं गेले.

तो मुकाट्यानं पाय ओढत ओढत गावी आला. त्याला काय करावे ते सुचेना. डोक्यात घण मारल्यासारखे झाले. हे असे कसे काय झाले? घरची सगळी रानात गेली होती. कोपीत वाकळ टाकून तो आजाऱ्यागत गप्प पडून राहिला. डोळे टक्क उघडे, डोक्यात भुंगा पोखरतोय. भाकरी खायची इच्छाच होईना. चालून चालून अंग मोडून आलेले.

एकाएकी त्याला काहीतरी आठवले. शिवराम पाटलाचा साहेबराव पाव्हणाच. त्या दिवशी साहेबरावनं सांगितलं होतंच अन् त्यालाही माहिती होतंच तो उठला. कोपीच्या तोंडाला झाप लावला. झापाला मोठा दगड लावून तो शिवराम पाटलाच्या वाड्यावर गेला. पाटील सोप्यातच बसले होते. तिसरापार झाला होता. नुकतेच झोपेतनं उठून चूळगुळणा करून सुपारी कातरत होते. देनानं राम राम घातला अन्

उकिडवा बसला. पाटलांनी सुपारी कातरली तोंडात टाकली. एक खांड त्याला दिलं, सुकलेलं तोंड ओलं झालं, बोटानं ओठाच्या कडेला जमा झालेला चिकटपणा पुसत खालमानेनं त्यानं मग सगळी हकीगत शिवराम पाटलाच्या कानावर घातली. मुक्काम कसा केला, गाय व्यायली खोंड झाला, सौदा ठरला अन् आता ऐनवेळी अशानं असं... पाटलांनी शांतपणे सगळं ऐकून घेतलं अन् ते कडाडले.

'देन्या, सौदा जमविलास तू! परस्पर! बरं आल्यावर तरी आम्हाला काय सांगितलंस? पै-पाव्हण्याच्यात आम्ही कसं काय पडणार रं! तुझ्यापायी आमच्या आमच्यात वाकुडपणा आणतूस काय? त्येंचं काय चुकतंयऽ आं? खोंड जर खोडीलं हाये तर काय करावं त्यांनी? सांगाय लागलाईस!' ...ते बोलत राहिले.

बाहेर अजूनही ऊन रखरखतच होतं अन् देनाच्या मनात जाळ उठला होता.

◆

माळावरची मैना

आनंद यादव

आनंद यादवांची विनोदी कथा शाब्दिक कोटिक्रम किंवा भाषिक विनोदावर आधारलेली नाही. ती ग्रामीण जीवनातील व्यक्ती, प्रसंग, कौटुंबिक आणि सामाजिक परिस्थिती यांच्यावर आधारलेली आहे. या बाबींतील विसंगती, उथळ जगण्याच्या प्रवृत्तींतून निर्माण झालेली हास्यास्पदता ते अचूकपणे टिपतात आणि त्यातून त्यांची कथा ऐटबाज भाषेत आकारात येते.

यादवांची विनोदी कथा नुसतीच मनोरंजनवादी नाही. ती परिस्थितीवर, समाज जीवनावर आणि मानवी स्वभावावर विनोदी शैलीत भाष्य करते. या त्यांच्या वैशिष्ट्यामुळे त्यांच्या विनोदी कथेला पुष्कळ वेळा कारुण्याची झालर लाभते.

त्यामुळे यादवांची विनोदी कथा वाचकाला शेवटी अंतर्मुख करते. हे या कथेचं खास वेगळेपण मानावं लागतं.

गावाकडच्या गोष्टी

व्यंकटेश माडगूळकर

गोष्ट जेव्हा स्फुरते, तेव्हा ती आपला आकार घेऊनच येते.
पण हे नेहमीच होते, असे नाही.
काही वेळा कथेचे अगदी लहान बीज मनात येऊन पडते –
पिंपळाच्या बीजासारखे. अशी बीजे नेहमीच पडत असतात;
पण त्यातले गवताचे कोणते आणि पिंपळाचे कोणते, हे मात्र कळते.
जे नेमके कळत नाही; पण पुढे जो विस्तीर्ण अश्वत्थ वृक्ष होणार असतो,
त्याच्या पानांची नुसती गंभीर सळसळच ऐकू येते.
...अशीच पानांची सळसळ असलेला वृक्ष!
म्हणजे 'गावाकडच्या गोष्टी'

www.ingramcontent.com/pod-product-compliance
Lightning Source LLC
LaVergne TN
LVHW092357220825
819400LV00031B/421
* 9 7 8 9 3 5 3 1 7 2 0 7 7 *